ആഗോളവൽക്കരണത്തിന്റെ
രണ്ടു പതിറ്റാണ്ട്

aagolavalkaranathinte randu pathittandu

•

prof. k n gangadharan

•

first edition
june 2013

•

typesetting
star communications, thiruvananthapuram

•

published
chintha publishers, thiruvananthapuram

•

•

cover
adayalam

•

വിതരണം

ദേശാഭിമാനി ബുക്ക് ഹൗസ്

H O തിരുവനന്തപുരം-695 035
www.chinthapublishers.com
chinthapublishers@gmail.com

ബ്രാഞ്ചുകൾ

ഹെഡ്ഓഫീസ് ബ്രാഞ്ച് കുന്നുകുഴി • ഓവർബ്രിഡ്ജ് തിരുവനന്തപുരം • കെ എസ് ആർ ടി സി ബസ് സ്റ്റേഷൻ ആലപ്പുഴ • കെ എസ് ആർ ടി സി ബസ് സ്റ്റേഷൻ എറണാകുളം • മച്ചിങ്ങൽ ലെയ്ൻ തൃശൂർ • ഐ ജി റോഡ് കോഴിക്കോട് • മാവൂർ റോഡ് കോഴിക്കോട് • എൻ ജി ഒ യൂണിയൻ ബിൽഡിങ് കണ്ണൂർ • സെൻട്രൽ ബസ് ടെർമിനൽ കോംപ്ലക്സ് താവക്കര കണ്ണൂർ

CO - 1920 / 3270

ആഗോളവൽക്കരണത്തിന്റെ
രണ്ടു പതിറ്റാണ്ട്

പ്രൊഫ. കെ എൻ ഗംഗാധരൻ

ചിന്ത പബ്ലിഷേഴ്സ്
തിരുവനന്തപുരം-695 035

പ്രൊഫ. കെ എൻ ഗംഗാധരൻ

തൃശൂർ ജില്ലയിൽ കാടുകുറ്റി പഞ്ചായത്തിൽ കാതിക്കുടം വാർഡിൽ 1940 ജൂൺ 15 ന് ജനിച്ചു. അച്ഛൻ: കെ എസ് നാണു. അമ്മ: സി എസ് നാരായണി. വാളൂർ എൻ എസ് എസ് ഹൈസ്കൂൾ, കാലടി ശ്രീശങ്കരാ കോളേജ്, തേവര സേക്രഡ് ഹാർട്ട് കോളേജ് എന്നിവിടങ്ങളിൽ വിദ്യാഭ്യാസം. കേരളത്തിലെ വിവിധ ഗവ. കോളേജുകളിൽ അധ്യാപകനായിരുന്നു. തിരുവനന്തപുരം യൂണിവേഴ്സിറ്റി കോളേജിലെ സാമ്പത്തിക ശാസ്ത്രവിഭാഗം തലവനും പ്രൊഫസറുമായിരുന്നു. 1995 ൽ ആറ്റിങ്ങൽ ഗവ. കോളേജ് പ്രിൻസിപ്പൽ പദവിയിൽനിന്നും വിരമിച്ചു. ഇ എം എസ് അക്കാദമി ഫാക്കൽറ്റി അംഗമാണ്. പുരോഗമന കലാസാഹിത്യ സംഘം സംസ്ഥാന എക്സിക്യൂട്ടീവ് കമ്മിറ്റി അംഗമായും പ്രൊഫ. ജോസഫ് മുണ്ടശ്ശേരി ഫൗണ്ടേഷൻ എക്സിക്യൂട്ടീവ് ഡയറക്ടറായും പ്രവർത്തിക്കുന്നു. *മാർക്സിസം ഒരു കൈപ്പുസ്തകം, എന്താണ് ധനഃശാസ്ത്രം, ആസിയൻ കരാർ കർഷകർക്ക് മരണവാറണ്ട്, പ്രതിസന്ധികൾ ഒഴിയുന്നില്ല, മാർക്സിസ്റ്റ് പദാവലി* എന്നിവയാണ് പ്രധാന കൃതികൾ. ആനുകാലികങ്ങളിൽ ധാരാളം ലേഖനങ്ങൾ പ്രസിദ്ധീകരിച്ചിട്ടുണ്ട്.

ഭാര്യ : അഡ്വ. രുഗ്മിണി ഗംഗാധരൻ
മക്കൾ : സൂരജ്, ചാന്ദിനി

ഉള്ളടക്കം

അവതാരിക

ഡോ. എം എ ഉമ്മൻ

കാലിക പ്രാധാന്യമുള്ള സാമ്പത്തിക വിഷയങ്ങളാണ് ഈ പുസ്തകം കൈകാര്യം ചെയ്യുന്നത്. ഏഴ് അധ്യായങ്ങൾ ഇന്ത്യയുടെ സാമ്പത്തിക കാര്യങ്ങളെക്കുറിച്ചും രണ്ടെണ്ണം കേരളത്തെക്കുറിച്ചുമാണ്. അവസാനത്തെ അധ്യായം സാമ്പത്തിക പ്രതിസന്ധിയെക്കുറിച്ചുള്ള കാൾ മാർക്സിന്റെ ചിന്തകൾ വിശകലനം ചെയ്യുന്നു. മറ്റ് അധ്യായങ്ങളിലും മാർക്സിയൻ വിചാരം കടന്നുവരുന്നുണ്ട്. ആഗോളീകരണത്തിന്റെ പ്രത്യാഘാതങ്ങളാണ് പുസ്തകത്തിന്റെ മുഖ്യ പ്രമേയം. ഇവിടെ നവഉദാരവൽക്കരണമാണ് മുഖ്യമായും ചോദ്യംചെയ്യപ്പെടുന്നത്.

സാമ്പത്തികശാസ്ത്രം, ഊർജതന്ത്രംപോലെ നിയതമായ നിയമങ്ങളുള്ള 'ശുദ്ധ' ശാസ്ത്രമാണെന്നാണ് ഉദാരവൽക്കരണവാദികളും മുഖ്യധാരാ സാമ്പത്തികശാസ്ത്രജ്ഞരും സ്വീകരിക്കുന്ന സമീപനം. സ്വതന്ത്രകമ്പോളത്തിൽ നിശ്ചയിക്കപ്പെടുന്ന വിലകളിലൂടെ (ചരക്കുകളുടെ വില മാത്രമല്ല. വേലക്കൂലി, പലിശ, ലാഭം എന്നിങ്ങനെയുള്ള സേവന വിലകളും) സമൂഹത്തിന്റെ വിഭവ വിന്യാസവും ഉൽപ്പന്നവിതരണവും ഉത്തമമായി നിർവഹിക്കപ്പെടുമെന്ന മിഥ്യയാണ് ഈ സമീപനത്തിന്റെ അടിസ്ഥാനം. പ്രൊഫസർ ഗംഗാധരൻ ഈ മിഥ്യയെ ആരാധിക്കുന്നവരുടെ പട്ടികയിൽപ്പെടുന്നില്ല. ലോകത്തെ മുഴുവൻ ഒറ്റക്കമ്പോളമായി കാണുന്ന ആഗോളീകരണത്തിന്റെ ദൂഷ്യവശങ്ങൾ അദ്ദേഹം ഈ ഗ്രന്ഥത്തിൽ ചൂണ്ടിക്കാണിക്കുന്നുണ്ട്.

ആഗോളീകരണത്തിന് എല്ലാവർക്കും സ്വീകാര്യമായ ഒരു നിർവചനം നൽകുക സാധ്യമല്ല. സാധാരണക്കാരും ബിസിനസുകാരും പത്രക്കാരും സാംസ്കാരിക നേതാക്കളും സാമ്പത്തികശാസ്ത്രജ്ഞരും ഒക്കെ വിവിധ കാഴ്ചപ്പാടിൽനിന്നാണ് ആഗോളീകരണത്തെ കാണുന്നതും

നിർവചിക്കുന്നതും. വിശാലമായ അർഥത്തിൽ പറഞ്ഞാൽ ലാഭം തേടിയുള്ള മൂലധനത്തിന്റെ അനന്തമായ പ്രയാണം സുഗമമാക്കുന്ന പ്രക്രിയയാണ് ആഗോളീകരണം. ഈ പുസ്തകത്തിന്റെ പ്രകൃതത്തിൽ മൂലധനത്തെ രണ്ടായി തരംതിരിക്കാം. (1) നേരിട്ടുള്ള വിദേശ മുതൽമുടക്ക് (Foreign direct investment) (2) ധനകാര്യമൂലധനം (Finance Capital). ഈ മൂലധനങ്ങളുടെ സാമ്പത്തിക ഭൂപ്രദേശമാണ് ലോകം മുഴുവനും എന്ന സങ്കൽപ്പനമാണ് ആഗോളീകരണം. യഥാർഥ ഉൽപ്പാദനവുമായി യാതൊരു ബന്ധവുമില്ലാത്ത ധനകാര്യമൂലധനത്തിന്റെ വെന്നിക്കൊടിയാണ് ഇത്തരത്തിലുള്ള ആഗോളീകരണം. മധ്യപൂർവേഷ്യയിലെ എണ്ണക്കമ്പനികൾ പെട്രോളിയം വിറ്റുകിട്ടുന്ന ഡോളർ (Petrdollar), കള്ളക്കടത്ത്, പ്രത്യേകിച്ച് മയക്കുമരുന്നിന്റെ വ്യാപാരംമൂലം ലഭിക്കുന്ന ഡോളർ (narco dollar), കൂണുകൾപോലെ പെരുകുന്ന പെൻഷൻ ഫണ്ടുകൾ ഊഹക്കച്ചവടത്തിനു മാറ്റിവയ്ക്കുന്നവ തുടങ്ങി അനന്തമായ ഒരു ധനശേഖരം ഇന്നു ലോകത്തിലെ ധനകാര്യസ്ഥാപനങ്ങളുടെ പക്കലുണ്ട്. അവയ്ക്കു സ്വതന്ത്രമായി വ്യാപാരം ചെയ്യാനുള്ള അവസരമാണ് ആഗോളീകരണത്തിന്റെ സ്ഥായീഭാവം. ഉൽപ്പാദനത്തിന്റെ ചെറിയ അടിത്തറയിൽ ഊഹക്കച്ചവടത്തിന്റെ പടുകൂറ്റൻ മേൽക്കൂര പണിത് ഉയർത്തിക്കൊണ്ടിരിക്കുന്ന ഒരു പുത്തൻ ലോകക്രമം. അതാണ് ആഗോളീകരണത്തിന്റെ അപാകതയും അപകടവും. ഈ പുസ്തകത്തിന്റെ ആദ്യ അധ്യായം ഈ പ്രതിഭാസത്തിന്റെ ചില ന്യൂനതകളിലേക്ക് വെളിച്ചം വീശുന്നതാണ്.

വർധിക്കുന്ന അസമത്വവും, പെരുകി വരുന്ന ദാരിദ്ര്യവും പുസ്തകത്തിൽ സവിസ്തരം ചർച്ച ചെയ്യുന്നു. അതീവ സമ്പദ്സമൃദ്ധിയും കൊടും ദാരിദ്ര്യവും ഒരേസമയം നിലനിൽക്കുന്നത് പുരോഗതിയല്ല, ഉന്നത സാംസ്കാരികതയുമല്ല. മാറ്റങ്ങൾ അനിവാര്യമാണ്. യു എൻ ഡി പിയുടെ 2002 ലെ Human Development Report പറയുന്നത് ശ്രദ്ധിക്കുക: "ആഗോളപുരോഗതി ഇപ്പോഴത്തെ ഒച്ചിഴയുന്ന വേഗത്തിൽ പോയാൽ ലോകത്തിൽനിന്നു പട്ടിണി മാറ്റാൻ കുറഞ്ഞത് 130 വർഷങ്ങൾ വേണ്ടി വരും." ഓരോ വർഷം മുമ്പോട്ടു പോകുന്തോറും സബ്സഹാറൻ ആഫ്രിക്ക. മധ്യപൂർവ യൂറോപ്പ് തുടങ്ങിയ രാജ്യങ്ങൾ പിന്നോട്ടടിക്കുകയാണ്. ഏറ്റവും താഴെത്തട്ടിലുള്ള 5 ശതമാനം ആളുകളുടെ വരുമാനത്തിന്റെ 114 ഇരട്ടി വരുമാനമുള്ള ഒരു ലോകത്താണ് ഈ സ്ഥിതിവിശേഷങ്ങൾ എന്നത് വളരെ ക്രൂരമായ ഒരവസ്ഥയാണ്. ഈ സാഹചര്യത്തിൽ എന്താണ് വികസനം എന്ന ചോദ്യം ന്യായമായും ഉയർന്നുവരുന്നു.

ദേശീയവരുമാന വളർച്ചയാണ് വികസനമെന്ന് നവലിബറൽ വക്താക്കൾ ശഠിക്കുന്നു. എന്നാൽ ഗ്രന്ഥകാരൻ പറയുന്നത് ശ്രദ്ധിക്കുക:

> ദേശീയ വരുമാന വളർച്ചാനിരക്കല്ല യഥാർഥ ജീവിതാവസ്ഥയുടെ അളവുകോൽ. എല്ലാവർക്കും തൊഴിൽ, തൊഴിലിൽനിന്നു ന്യായ

> മായ വരുമാനം, വരുമാനംകൊണ്ട് കുറഞ്ഞ ചെലവിൽ ജീവിതാവശ്യങ്ങൾ നിർവഹിക്കാനാവുക – ഇതാണ് വികസനത്തിന്റെ ശരിയായ ഉള്ളടക്കം. എല്ലാവർക്കും ഭക്ഷണവും പാർപ്പിടവും വസ്ത്രവും വിദ്യാഭ്യാസവും ആരോഗ്യസുരക്ഷയും ഉറപ്പാക്കപ്പെടുമ്പോൾ മാത്രമാണ് വികസനലക്ഷ്യം പൂർത്തീകരിക്കപ്പെടുക (പുറം. 49).

ദേശീയ വരുമാനം വെറും മാർഗമാണ്; ലക്ഷ്യമല്ല. സ്വാതന്ത്ര്യമാണ് വികസനമെന്ന് അമർത്യാസെൻ നിർവചിക്കുമ്പോൾ വികസനത്തെ അതിന്റെ ഏറ്റവും ഉന്നതഭാവത്തിൽ അവതരിപ്പിക്കുന്നു. വർണ–വർഗ അസ്വാതന്ത്ര്യങ്ങളുടെ ചങ്ങലക്കെട്ടുകളിൽ കിടന്ന കേരളത്തെ ഭൂപരിഷ്കാരങ്ങളിലൂടെയും (എട്ടാം അധ്യായം കാണുക) സാർവത്രിക വിദ്യാഭ്യാസത്തിലൂടെയും സാമൂഹ്യപരിഷ്കാരങ്ങളിലൂടെയും മറ്റും മോചിപ്പിച്ചപ്പോൾ സ്വാതന്ത്ര്യമാണ് വികസനമെന്നു കേരളം തൊട്ടറിഞ്ഞുവെന്നു ഞാൻ ആനുഷംഗികമായി രേഖപ്പെടുത്തുകയാണ്.

സബ്സിഡികൾ, സ്വതന്ത്രകമ്പോളം മുതലാളിത്തം എന്ന ഏഴാം അധ്യായം ഏറെ ശ്രദ്ധയർഹിക്കുന്നു. സാധനങ്ങളുടെയും സേവനങ്ങളുടെയും ആപേക്ഷിക വില നിശ്ചയിക്കുന്നത് കമ്പോളമാണ്. വെള്ളമാണോ വജ്രമാണോ വിലപ്പെട്ടത്? ശിശുസംരക്ഷണമാണോ, സൈനിക സേവനമാണോ കൂടുതൽ മൂല്യമേറിയത്? പ്രകൃതി വിഭവങ്ങൾ വിഭജിക്കുന്നതിന്റെ പ്രമാണം അഥവാ മാനദണ്ഡം (എന്റേതെന്നും, നിന്റേതെന്നുമുള്ള ഉടമസ്ഥാവകാശവാദം നിലവിലുള്ള നിയമങ്ങളെ ആശ്രയിച്ചാണല്ലോ) എന്താണ്? ഉൽപ്പാദനത്തിന്റെ ഘടകങ്ങളെ കൂട്ടിയിണക്കുന്ന മൂലധനത്തിനാണോ മിച്ചമൂല്യത്തിന്റെ അവകാശം? ലാഭമാണോ വിഭവവിന്യാസത്തിന്റെ താക്കോൽ? അങ്ങനെയെങ്കിൽ ലോകം മുഴുവൻ ഓടിനടന്നു ലാഭം കൊയ്യുന്ന ധനകാര്യമൂലധനത്തിന്റെ ലാഭവിഹിതത്തിന്റെ നീതിമത്കരണം എന്താണ്? ഇത്തരം മൗലികമായ സാമൂഹികപ്രശ്നങ്ങൾ ഈ അധ്യായം ചർച്ച ചെയ്യുന്നില്ലെങ്കിലും കമ്പോളത്തിന്റെ പ്രവർത്തനങ്ങളെ പ്രശ്നവൽക്കരിക്കാൻ ഇത് തീർച്ചയായും സഹായിക്കുന്നു. പലപ്പോഴും കമ്പോളത്തിലെ വില യുക്തിസഹവും സാമൂഹിക നീതിക്ക് നിരക്കുന്നതുമല്ല. സർക്കാരിന്റെ ചുമതല കമ്പോളത്തിന്റെ സ്വാതന്ത്ര്യം ഉറപ്പുവരുത്തൽ മാത്രമാണെന്നുള്ള സങ്കുചിത സമീപനം ഈ അധ്യായം ചോദ്യം ചെയ്യുന്നുണ്ട്. മനുഷ്യനെ സ്വതന്ത്രനാക്കുന്ന അജ്ഞത, അനാരോഗ്യം, സുരക്ഷിതത്വമില്ലായ്മ, തൊഴിലില്ലായ്മ, അന്തസ്സില്ലായ്മ തുടങ്ങിയ പരാധീനതകളിൽനിന്നുള്ള മോചിപ്പിക്കലാണ് വികസനം. അത് മൂലധന ഉടമകളുടെ സ്വാതന്ത്ര്യമായി മാറുമ്പോൾ തീർച്ചയായും വികലമായ ഒരു സാമൂഹികക്രമമായിരിക്കും ഉരുത്തിരിയുക. സബ്സിഡി വെട്ടിച്ചുരുക്കി റവന്യൂകമ്മിയും, ധനകമ്മിയും കുറച്ച് സ്വകാര്യമേഖലയ്ക്ക് കാര്യങ്ങൾ വിട്ടുകൊടുക്കുന്നത് യുക്തിക്കും ധർമത്തിനും നിരക്കുന്നതല്ല.

നമ്മുടെ നാട്ടിൽ എല്ലാ രോഗങ്ങൾക്കും പ്രതിവിധി കൽപ്പിക്കുന്ന മന്ത്രവാദികളും 'ദൈവിക' മനുഷ്യരും ധാരാളമുണ്ട്. പക്ഷേ, നാടിന്റെ വികസനം അത്തരം ഒറ്റയാന്മാരെ ഏൽപ്പിക്കാൻ പാടുള്ളതല്ല. ചില കാര്യങ്ങളിൽ സാങ്കേതിക വൈദഗ്ധ്യമുള്ള സാം പിത്രോഡയാണ് കേരളത്തിന്റെ വികസന ഉപദേഷ്ടാവ്. അദ്ദേഹത്തിന്റെ പത്തിന പരിപാടികളെക്കുറിച്ച് പ്രൊഫസർ പറയുന്നത് ശ്രദ്ധിക്കുക:

> ഇവയിൽ സ്വീകാര്യങ്ങളായ ചിലതുണ്ടെങ്കിലും ഭൂരിപക്ഷവും അപ്രധാനങ്ങളോ അപ്രസക്തങ്ങളോ ആയ നിർദേശങ്ങളാണ്. യഥാർഥ പ്രശ്നങ്ങളെ അഭിസംബോധന ചെയ്യുന്നില്ല എന്നതാണ് അവയുടെ പ്രധാന ദൗർബല്യം. കേരളത്തിന്റെ ഭൗതിക-സാമ്പത്തിക-സാമൂഹിക പരിതഃസ്ഥിതികൾ സംബന്ധിച്ച അജ്ഞതയും പ്രശ്നങ്ങൾ സംബന്ധിച്ച ധാരണക്കുറവും സാധ്യതകൾ വിലയിരുത്തുന്നതിലെ യാഥാർഥ്യബോധമില്ലായ്മയുമാണ് ശുപാർശകളിൽ ഉടനീളം നിഴലിക്കുന്നത് (പുറം 94).

ഒരു സംസ്ഥാനം വ്യവസായം, കൃഷി, പരിസ്ഥിതി, ആസൂത്രണം, വിവര സാങ്കേതികവിദ്യ, ഗതാഗതം എന്നിങ്ങനെ വിവിധ മേഖലകളിൽ വൈദഗ്ധ്യമുള്ളവരുടെ ഒരു ഉപദേശകസമിതി സംഘടിപ്പിക്കുന്നത് മനസിലാക്കാം. അത്തരത്തിൽ രൂപീകരിക്കുന്ന ഒരു പ്ലാനിങ് ബോർഡിനു തന്നെ ഒട്ടേറെ കാര്യങ്ങൾ ഫലപ്രദമായി ചെയ്യാനാവും.

അവസാനത്തെ അധ്യായം മാർക്സിന്റെ സാമ്പത്തിക പ്രതിസന്ധി സംബന്ധിച്ചുള്ള ചർച്ചയാണ്. കാൾ മാർക്സിനെ വായിക്കാതെ അദ്ദേഹത്തെ കാലഹരണപ്പെട്ടവരുടെ പട്ടികയിൽ കണക്ക് എഴുതുന്നവർ കേരളത്തിലെയും ഇന്ത്യയിലെയും അധ്യാപകരുടെ കൂട്ടത്തിലുണ്ട്. 21-ാം നൂറ്റാണ്ടിൽ നിറഞ്ഞുനിൽക്കുന്ന ചിന്തകനാണ് മാർക്സ്. സാമ്പത്തിക അപഗ്രഥനത്തിൽ അദ്ദേഹത്തിനു സമാനമായി മറ്റാരുമില്ലെന്നു തറപ്പിച്ചു പറയാം. അദ്ദേഹം ചരിത്രകാരനാണ്, തത്വചിന്തകനാണ്. എമിലി ഡുർക്കെയിം, മാക്സ്‌വെബർ എന്നിവരോടൊപ്പം സാമൂഹിക ശാസ്ത്രത്തിന് അടിത്തറപാകിയ വ്യക്തിയാണ് കാൾ മാർക്സ്. വർത്തമാനകാലത്ത് മാർക്സിനെ അവതരിപ്പിക്കുവാൻ ആഴമായ പഠനവും പാടവവും ആവശ്യമാണ്.

അവതരണരീതിയെക്കുറിച്ച് ഒരു വാക്ക്. ചെറുതും സുന്ദരവുമായ വാചകങ്ങൾ ലളിതമായും, അടുക്കും ചിട്ടയോടും അവതരിപ്പിക്കുന്നു. പക്ഷേ, സാങ്കേതികപദങ്ങളുടെ മൊഴിമാറ്റം കുറേക്കൂടി ശ്രദ്ധയോടെ ചെയ്യേണ്ടതുണ്ടെന്നാണ് എന്റെ പക്ഷം. ഉദാഹരണത്തിന് Supply, demand എന്ന പദങ്ങൾ 'ലഭ്യത,' 'ആവശ്യം' എന്നു തർജുമ ചെയ്യുന്നതിനെക്കാൾ ഇംഗ്ലീഷ് പദങ്ങൾതന്നെ ഉപയോഗിക്കുന്നതായിരിക്കും ഭംഗിയെന്നു തോന്നുന്നു. Availability എന്ന വാക്കിന്റെ സ്വാഭാവിക തർജമയാണ് ലഭ്യത. Needs, wants എന്നീ പദങ്ങളും സാമ്പത്തിക ശാസ്ത്ര

ത്തിൽ സാങ്കേതിക സങ്കൽപ്പനങ്ങളാണ്. 'ആവശ്യം' എന്ന വാക്കിനെ ഡിമാൻഡായി അംഗീകരിക്കാൻ ബുദ്ധിമുട്ടുണ്ട്. Investment എന്ന വാക്കിനു ഞാൻ എക്കാലവും മുതൽമുടക്ക് എന്നാണ് ഉപയോഗിച്ചിട്ടുള്ളത്. എന്നാൽ നിക്ഷേപം എന്ന വാക്കാണ് പരക്കെ ഉപയോഗിക്കുക. പ്രൊഫസർ ഗംഗാധരനും അതാണ് സ്വീകരിച്ചിരിക്കുന്നത്. എന്നാൽ Deposit നും ഈ വാക്കാണ് പ്രയോഗിക്കുന്നത്. ഭാഷാ ഇൻസ്റ്റിറ്റ്യൂട്ട് പ്രസിദ്ധീകരിച്ച എന്റെ *ആഗോളീകരണം, അർഥം, വ്യാപ്തി, സിദ്ധാന്തം* എന്ന പുസ്തകത്തിന്റെ രണ്ടാം പതിപ്പിൽ പ്രസാധകർ മുതൽമുടക്ക് വെട്ടി നിക്ഷേപം എന്ന പദമാണ് ഉപയോഗിച്ചത്. ഒന്നു തീർച്ച, സാമ്പത്തിക അധ്യാപകരും ഗവേഷകരും ഭാഷാ ഇൻസ്റ്റിറ്റ്യൂട്ടും ചേർന്ന് ഒരു സാങ്കേതിക പദാവലി സ്വീകരിക്കേണ്ടത് ഭാഷയുടെയും സാമ്പത്തിക ശാസ്ത്രത്തിന്റെയും യുക്തിസഹമായ വളർച്ചയ്ക്ക് ആവശ്യമാണ്.

പൊതുജനങ്ങൾക്കും വിദ്യാർഥികൾക്കും സാമ്പത്തികശാസ്ത്രവിജ്ഞാനത്തിനും പ്രയോജനമുള്ള ഈ ലഘുപുസ്തകം എഴുതിയതിന് പ്രൊഫസർ ഗംഗാധരൻ അഭിനന്ദനം അർഹിക്കുന്നു. കൂടുതൽ ആഴവും അറിവും ഒത്തിണങ്ങുന്ന ഒത്തിരി ഗ്രന്ഥങ്ങൾ അദ്ദേഹം രചിക്കട്ടെയെന്നു ഞാൻ അകമഴിഞ്ഞ് ആശംസിക്കുന്നു.

മുഖവുര

രാജ്യങ്ങളെയും ജനസമൂഹങ്ങളെയും കീഴടക്കി അധീശത്വം സ്ഥാപിക്കുകയാണ് സാമ്രാജ്യത്വത്തിന്റെ രീതിശാസ്ത്രം. ലോകമെങ്ങും ചരക്കുകൾ വിറ്റും മൂലധനം നിക്ഷേപിച്ചും കൊള്ളലാഭം നേടുകയാണ് ലക്ഷ്യം. അതിനു തടസംനിൽക്കുന്ന സാമ്പത്തികാതിരുകൾ പൊളിച്ചു മാറ്റുന്ന പ്രക്രിയയാണ് ആഗോളവൽക്കരണം. ഇന്ത്യയിൽ ഔപചാരികമായി ആഗോളവൽക്കരണത്തിനു തുടക്കംകുറിക്കുന്നത് 1991 ലാണ്. ഇപ്പോൾ രണ്ടു പതിറ്റാണ്ടിലേറെ പിന്നിട്ടിരിക്കുന്നു.

ആഗോളവൽക്കരണത്തിന് അനുകൂലമായും പ്രതികൂലമായും ശക്തമായ വാദങ്ങൾ ഉയർത്തപ്പെട്ടിട്ടുണ്ട്; ഇന്നും ഉയർത്തപ്പെടുന്നുണ്ട്. എല്ലാ പ്രശ്നങ്ങൾക്കും ഏക പ്രതിവിധി വിദേശമൂലധനമാണെന്നു വരെ വാദിക്കാൻ ഗവൺമെന്റും ഗവൺമന്റിനെ പിന്തുണയ്ക്കുന്നവരും തയാറാവുന്നു.

ആഗോളവൽക്കരണത്തിന്റെ അനുഭവപാഠങ്ങൾ വസ്തുനിഷ്ഠമായി പരിശോധിക്കുകയാണ് ഈ പുസ്തകത്തിൽ.

പുസ്തകത്തിന് പ്രൗഢഗംഭീരമായ അവതാരിക എഴുതിയിട്ടുള്ളത് പ്രമുഖ സാമ്പത്തിക വിദഗ്ധനായ ഡോ. എം എ ഉമ്മനാണ്. പഠനാർഹമായ അനവധി നിരീക്ഷണങ്ങളും പരാമർശങ്ങളും ഉൾക്കൊള്ളുന്ന അവതാരിക ഒരു സമഗ്രമായ ലേഖനമാണ്. അദ്ദേഹത്തോടുള്ള കൃതജ്ഞത നിസ്സീമമാണ്. പ്രസിദ്ധീകരണം നിർവഹിച്ച ചിന്ത പബ്ലിഷേഴ്സിനോട് കൃതജ്ഞത രേഖപ്പെടുത്തുന്നു.

ഗ്രന്ഥകാരൻ

1

ധനമൂലധനം

മുതലാളിത്തചൂഷണത്തിന്റെ സ്വഭാവവും രീതികളും വളരെയേറെ മാറിയിരിക്കുന്നു. മുതലാളിത്തം കൂടുതൽ വികസിതമായതോടെയാണ് ഈ മാറ്റങ്ങൾ സംഭവിച്ചത്. വികസിത മുതലാളിത്തം, അഥവാ മുതലാളിത്ത വികാസത്തിന്റെ പരമോന്നതഘട്ടമാണ് സാമ്രാജ്യത്വം. രാജ്യങ്ങളെയും ജനസമൂഹങ്ങളെയും കീഴടക്കി അധീശത്വം സ്ഥാപിക്കുകയാണ് സാമ്രാജ്യത്വത്തിന്റെ രീതി.

അധീശത്വം സ്ഥാപിക്കൽ നേരിട്ട് ആക്രമണം നടത്തിയാകാം. സാമ്രാജ്യത്വത്തിന് അനുകൂലമായ നിലപാടുകൾ കൈക്കൊള്ളാൻ ഭരണകൂടങ്ങളെ നിർബന്ധിച്ചാകാം. തങ്ങളുടെ വരുതിക്ക് നിൽക്കുന്ന പാവ സർക്കാരുകളെ അധികാരത്തിൽ വാഴിച്ചാകാം. ആധുനികകാലത്ത് നേരിട്ടുള്ള യുദ്ധമുറകളെക്കാൾ സാമ്രാജ്യത്വം ആശ്രയിക്കുന്നത് മറ്റു മാർഗങ്ങളെയാണ്. യുദ്ധം സാമ്രാജ്യത്വനിഘണ്ടുവിലെ അനുപേക്ഷണീയ ഘടകം തന്നെയെങ്കിലും മറ്റു മാർഗങ്ങൾ ഫലപ്രാപ്തി നൽകാതെ വരുമ്പോഴാണ് സാമ്രാജ്യത്വം യുദ്ധത്തെ ആശ്രയിക്കുന്നത്. യുദ്ധവും ഫാസിസവും സാമ്രാജ്യത്വത്തിന്റെ ആക്രമണരൂപങ്ങളത്രെ. സാമ്രാജ്യത്വം പ്രതിസന്ധിയിൽ പെടുമ്പോൾ അത് ബലപ്രയോഗത്തിലേക്കും ഫാസിസത്തിലേക്കും തിരിയുന്നു. തങ്ങളുടെ അധീശത്വവും താൽപ്പര്യങ്ങളും ചോദ്യം ചെയ്യപ്പെടാത്തിടത്തോളം അതു ജനാധിപത്യത്തെക്കുറിച്ചും സമാധാനത്തെക്കുറിച്ചും ആഗോളസാഹോദര്യത്തെക്കുറിച്ചും പ്രസംഗിക്കുന്നു. ചോദ്യം ചെയ്യപ്പെടുന്ന നിമിഷം സർവശക്തിയോടെ രംഗപ്രവേശം ചെയ്യുന്നു.

രണ്ടു ലോകമഹായുദ്ധങ്ങൾ സാമ്രാജ്യത്വയുദ്ധങ്ങളായിരുന്നു. രാജ്യങ്ങളെ വെട്ടിപ്പിടിച്ച് ചരക്കു വിപണി വിപുലീകരിക്കുകയും അസംസ്കൃത വസ്തുക്കൾ കീഴടക്കുകയുമായിരുന്നു ലക്ഷ്യം. ആധുനികമുതലാളിത്ത

ത്തിന്റെ പ്രത്യേകത, അത് ഉൽപ്പാദനരംഗത്തേക്കാൾ ധനമിടപാടുമേഖലയ്ക്ക് പ്രാധാന്യം നൽകുന്നു എന്നതാണ്. ഉൽപ്പാദനത്തിലെ മൂലധന നിക്ഷേപത്തേക്കാൾ ധനമൂലധനവും അതിന്റെ ലാഭകരമായ നിക്ഷേപവുമാണ് ഇന്നു പ്രധാനം. ധനമൂലധനം യഥേഷ്ടം നിക്ഷേപിച്ച് കൊള്ളലാഭം ഉണ്ടാക്കത്തക്കവിധം ലോകകമ്പോളത്തെ പരുവപ്പെടുത്തിയെടുക്കുമ്പോൾ മറ്റൊരു യുദ്ധത്തിന്റെ പ്രസക്തി മങ്ങുന്നു. ലോകകമ്പോളം സാമ്രാജ്യത്വ മൂലധനം രണ്ടുകയ്യും നീട്ടി സ്വീകരിക്കുമെങ്കിൽ പിന്നെ യുദ്ധത്തിന് അവധി നൽകിക്കൂടേ? സാമ്രാജ്യത്വ മൂലധനവും ചരക്കുകളും സ്വീകരിക്കത്തക്കവിധം ജനസമൂഹങ്ങളുടെ അഭിരുചികളും ജീവിതവീക്ഷണങ്ങളും സംസ്കാരവും മാറ്റിയെടുക്കുക സാമ്രാജ്യത്വത്തിന്റെ ആക്രമണ രീതിയാണ്.

സാമ്രാജ്യത്വം മുതലാളിത്ത വികാസത്തിന്റെ പരമോന്നത ഘട്ടം എന്നതുകൊണ്ട് അർഥമാക്കുന്നത് തുടർന്ന് വികസനം അസാധ്യം എന്നല്ല. ഉൽപ്പാദന ശക്തികൾ നിരന്തരം വികസിക്കുകയാണ്. അതിന് അവസാനമില്ല, സാമ്രാജ്യത്വത്തിലും അവസാനമില്ല. പക്ഷെ, അത്തരം വികാസം മുതലാളിത്തത്തിന്റെ ആന്തരികവൈരുധ്യം മൂലം തടസ്സപ്പെടുന്നു. ഇതു വിശദമാക്കുക എളുപ്പമാണ്.

ചരക്കുൽപ്പാദനവ്യവസ്ഥയാണല്ലോ മുതലാളിത്തം. കുറഞ്ഞകൂലിക്ക് അധ്വാനശേഷി വിലയ്ക്കുവാങ്ങി ഉൽപ്പാദനം നടത്തി ലാഭം നേടുകയാണ് അതിന്റെ രീതി. ലാഭമാണ് മുതലാളിത്ത പ്രവർത്തനത്തിന്റെ അടിസ്ഥാന പ്രേരണ. കൂടുതൽ ലാഭം നേടണമെങ്കിൽ വർധിച്ച തോതിൽ ഉൽപ്പാദനം നടക്കണം. ചരക്കുകൾ ധാരാളമായി വിൽക്കുകയും വേണം. ഉൽപ്പാദനം വർധിക്കണമെങ്കിൽ ഉൽപ്പാദനക്ഷമങ്ങളായ സാങ്കേതികവിദ്യകൾ പ്രയോഗിക്കണം. അതിനാകട്ടെ ഉൽപ്പാദനോപകരണങ്ങൾ നിരന്തരം പരിഷ്കരിച്ചുകൊണ്ടിരിക്കുകയും വേണം. ചരക്കുകൾ ധാരാളമായി വിൽക്കണമെങ്കിൽ വിപുലമായ കമ്പോളങ്ങളും വേണം. ആഭ്യന്തരകമ്പോളം പോരെങ്കിൽ വിദേശകമ്പോളങ്ങൾ കീഴടക്കണം. അതിനാണ് യുദ്ധങ്ങളും യുദ്ധേതരമാർഗങ്ങളും.

ഉൽപ്പാദന വർധനയ്ക്ക് ഉയർന്ന സാങ്കേതിക വിദ്യകൾ മാത്രം പോരാ. മൂലധന നിക്ഷേപം നടക്കണം. മുതലാളിത്ത സാമൂഹിക വ്യവസ്ഥയിൽ തൊഴിലാളികളാണ് എണ്ണത്തിൽ കൂടുതൽ. ചരക്കുകളിൽ നല്ലൊരുഭാഗം വാങ്ങുന്നതും അവരായിരിക്കും. മുതലാളികൾ എണ്ണത്തിൽ കുറവാണ്. തൊഴിലാളികൾ ഉൽപ്പാദിപ്പിക്കുന്ന ചരക്കുകളിൽ ഒരു ഭാഗം അവർക്കുതന്നെ കൂലിയായി നൽകും. മറുഭാഗത്തിൽ ഒരു പങ്ക് മുതലാളികൾ അവരുടെ ഉപഭോഗത്തിനും രണ്ടാമത്തെ പങ്ക് പുനർനിക്ഷേപത്തിനും ഉപയോഗിക്കും. ഉൽപ്പാദിപ്പിക്കുന്ന ചരക്കുകൾ മുഴുവൻ കൂലിയായി നൽകിയാൽ മിച്ചം ഒന്നും അവശേഷിക്കില്ല. മൂലധനനിക്ഷേപവും സാധ്യമല്ല. അതുകൊണ്ട് ഏറ്റവും കുറഞ്ഞ കൂലി നൽകി ഏറ്റവുമധികം മിച്ചം കൈവശം വയ്ക്കാനാകും മുതലാളിത്തം ശ്രമിക്കുക. അങ്ങനെ ഏറ്റവുമധികം മൂലധനം വളർത്താനും. ഉൽപ്പാദനോപകരണങ്ങൾ നിരന്തരം പരിഷ്കരിച്ചാണ് ഉൽപ്പാദനം വളർത്തുക എന്നു വിശദീകരിച്ചു

വല്ലോ. പുതിയ യന്ത്രങ്ങൾ, സാങ്കേതികവിദ്യകൾ, പരിശീലനം ലഭിച്ച തൊഴിലാളികൾ ഇവയെല്ലാം ഉൽപ്പാദന വളർച്ചയെ സഹായിക്കുന്നു. മുതലാളിത്തം മത്സരവ്യവസ്ഥയാണ്. മെച്ചപ്പെട്ട രീതികൾ അവലംബിക്കുന്നവർ ഉയർന്ന ഉൽപ്പാദനവും വിൽപ്പനയും ലാഭവും കൈവരുത്തും. അല്ലാത്തവർ പരാജിതരാകും. രംഗത്തുനിന്നു തുടച്ചുമാറ്റപ്പെടും. ചെറുകിട ഇടത്തരം മുതലാളിത്ത ഉൽപ്പാദകർ മത്സരത്തെ അതിജീവിക്കാനാകാതെ പുറന്തള്ളപ്പെടും. അവരുടെ ആസ്തിയും വിപണിയും മത്സരത്തിൽ വിജയിക്കുന്നവർ കീഴടക്കും. അങ്ങനെ കീഴടക്കി വളരുന്നവർ ഉൽപ്പാദനത്തിലും വിൽപ്പനയിലും മേധാവിത്തം, അഥവാ, കുത്തക സ്ഥാപിക്കും. മുതലാളിത്ത വളർച്ച കുത്തകകളുടെ രൂപീകരണത്തിലേക്കും മൂലധനത്തിന്റെ കേന്ദ്രീകരണത്തിലേക്കും നയിക്കുന്നു. കുത്തകവ്യവസായമൂലധനത്തിന്റെ വളർച്ച മുതലാളിത്ത വികാസത്തിന്റെ അനിവാര്യസൃഷ്ടിയാണ്.

മുതലാളിത്ത വികാസത്തിന്റെ പ്രാഥമിക ഘട്ടത്തിൽ ചരക്കുകൾ വിറ്റഴിക്കുക എളുപ്പമാണ്. അതാതു രാജ്യത്തുതന്നെ വിൽക്കാം. കുറഞ്ഞ ഉൽപ്പാദനം നടക്കുന്നതുകൊണ്ടാണ് ഇതു സാധിക്കുന്നത്. ഉൽപ്പാദനം കൂടുമ്പോൾ മുഴുവൻ ചരക്കുകളും വിൽക്കുക പ്രയാസകരമാവും. വർധിച്ച ഉൽപ്പാദനം മാത്രമല്ല കാരണം. മറിച്ച് മുതലാളിത്ത വികാസം ആഭ്യന്തരവിപണിയെ ചുരുക്കുന്നതുകൊണ്ടുകൂടിയാണത്. ഈ പ്രശ്നം മാർക്സ് വിശദീകരിച്ചിട്ടുണ്ട്.

മുതലാളിത്തവികസനം ഫാക്ടറി, ഓഫീസ് കെട്ടിടങ്ങൾ, യന്ത്രസാമഗ്രികൾ, അസംസ്കൃതവസ്തുക്കൾ മുതലായവയിൽ കൂടുതൽ മൂലധന നിക്ഷേപം (സ്ഥിരമൂലധനം) ആവശ്യമാക്കും. അതേസമയം തൊഴിലാളികളുടെ അധ്വാനശേഷി വിലക്കുവാങ്ങാനുള്ള മൂലധന നിക്ഷേപത്തിന്റെ (അസ്ഥിരമൂലധനം അഥവാ കൂലി) അളവ് ആപേക്ഷികമായി ചുരുങ്ങും. തൊഴിലാളികളുടെ എണ്ണം കുറയും. അതായത് തൊഴിൽ രഹിതരുടെ (വരുമാനരഹിതരുടെ) എണ്ണം കൂടും. തൊഴിൽ രഹിതപട രൂപപ്പെടും. വരുമാനരഹിതരായ തൊഴിൽരഹിതരുടെ സംഖ്യ വളരുന്തോറും വിപണിയും ചുരുങ്ങും. ചരക്കുകൾ വിറ്റഴിക്കാൻ കഴിയാതാവും. ചരക്കുകൾ കെട്ടിക്കിടക്കുന്നതിനും വിലയിടിവിനും വഴി തുറക്കും. ലാഭവും ചുരുങ്ങും. ഈ സാമ്പത്തിക പ്രതിസന്ധി മറികടക്കാൻ സാമ്രാജ്യത്വം പുതിയ വിപണികൾ തേടും. ചരിത്രത്തിലുടനീളം ഇത്തരം പ്രതിഭാസങ്ങൾ ഉണ്ടായിട്ടുണ്ട്. ഇപ്പോഴും ഉണ്ടാകുന്നുണ്ട്.

കോളനികൾ ഉണ്ടായിരുന്നപ്പോൾ ചരക്കുവിൽപ്പനയും അസംസ്കൃതവസ്തുക്കളുടെ സമാഹരണവും എളുപ്പമായിരുന്നു. രണ്ടാം ലോക മഹായുദ്ധത്തിനുശേഷം കോളനികൾ ഒന്നൊന്നായി സ്വതന്ത്രമായി. ജനാധിപത്യ പ്രസ്ഥാനങ്ങളുടെ വളർച്ചയും സ്വാതന്ത്ര്യസമരപ്രസ്ഥാനങ്ങളും, സാമ്രാജ്യത്വ വിരുദ്ധ മുന്നേറ്റങ്ങളും സോവിയറ്റ് വിപ്ലവവും കോളനികളുടെ സ്വാതന്ത്ര്യം വേഗതയിലാക്കി. പുതിയതായി സ്വാതന്ത്ര്യം നേടിയ രാജ്യങ്ങൾ ഗവൺമെന്റുകളുടെ നേതൃത്വത്തിൽ സ്വന്തമായ വികസന പാത വെട്ടിത്തുറക്കാൻ തുടങ്ങി. പൊതുമേഖലാനിക്ഷേപം, സാമ്പത്തി

കാസൂത്രണം, ചരക്ക്-മൂലധന ഇറക്കുമതി നിയന്ത്രണം തുടങ്ങിയവ സാമ്പത്തികനയത്തിന്റെ മുഖമുദ്രകളായി.

സാമ്രാജ്യത്വരാജ്യങ്ങളിൽ നിന്നുള്ള ചരക്കുകളുടെയും മൂലധനത്തിന്റെയും സ്വതന്ത്രമായ ഒഴുക്കിന് തടസം നേരിട്ട പ്രതിസന്ധിഘട്ടത്തിലാണ് ആഗോളവൽക്കരണം ഒരു സിദ്ധാന്തവും പ്രയോഗവുമായി സാമ്രാജ്യത്വം അവതരിപ്പിച്ചത്. സാമ്രാജ്യത്വചരക്കുകളും മൂലധനവും തടസം കൂടാതെ ആഗോളമായി ഒഴുകുംവിധം സാമ്പത്തിക അതിർവരമ്പുകൾ പൊളിച്ചു മാറ്റി ലോകത്തെ ഒറ്റ കമ്പോളമാക്കി മാറ്റുന്ന പ്രക്രിയക്കാണ് ആഗോള വൽക്കരണം എന്നുപറയുന്നത്. നിബന്ധനകളും ചട്ടങ്ങളും ഉദാരവൽക്ക രിക്കുകയും ഗവൺമെന്റ് ഇടപെടൽ ദുർബലമാക്കി സ്വകാര്യവൽക്കരണം ശക്തമാക്കുകയും ആഗോളവൽക്കരണത്തിന്റെ പ്രവൃത്തിഘടകങ്ങളാണ്.

ചരക്കുൽപ്പാദനവും വിപണനവും അസംസ്കൃതവിഭവങ്ങളുടെ സമാ ഹരണവുമായിരുന്നു മുതലാളിത്തവളർച്ചക്ക് നിലമൊരുക്കിയത്. ഉൽപ്പാദ നത്തിൽ മൂലധനം നിക്ഷേപിച്ച് ലാഭമുണ്ടാക്കുകയായിരുന്നു മുൻ രീതിയെ ങ്കിൽ മുതലാളിത്തം സാമ്രാജ്യത്വമായി വളർന്നപ്പോൾ മൂലധനത്തിന്റെ സ്വഭാ വത്തിലും പ്രയോഗരീതിയിലും ഉപയോഗത്തിലും മാറ്റം വന്നു. ഉൽപ്പാദ നമൂലധനത്തിന്റെ സ്ഥാനം ഓഹരിമൂലധനം ഏറ്റെടുത്തു. ഈ മാറ്റത്തിലേ ക്കുള്ള വഴി പരിശോധിക്കുക പ്രധാനമാണ്. സാമ്രാജ്യത്വം കുത്തകവ്യവ സായ മൂലധനത്തിന്റെ വളർച്ചയിലേക്ക് നയിക്കുമെന്ന് വ്യക്തമാക്കിയല്ലോ. ബാങ്കിങ് മൂലധനത്തിന്റെ വളർച്ചയും കേന്ദ്രീകരണവുമാണ് മറ്റൊരു സവി ശേഷത. വ്യവസായങ്ങൾക്ക് ആവശ്യമായ വായ്പ ബാങ്കുകൾ നൽകി. വായ്പയ്ക്ക് ആവശ്യം വർധിച്ചതോടെ ബാങ്കുകളുടെ എണ്ണം പെരുകി. കിട മത്സരവും രൂക്ഷമായി. മത്സരത്തിൽ പരാജിതരായ ചെറുകിട-ഇടത്തരം ബാങ്കുകൾ തുടച്ചുമാറ്റപ്പെട്ടു. വൻകിട ബാങ്കുകൾ കൂടുതൽ വളർച്ച നേടി. കുത്തകബാങ്കുകൾ രൂപംകൊണ്ടു. കുത്തക ബാങ്കിങ് മൂലധനം ഉണ്ടായി.

കുത്തകവ്യവസായങ്ങൾക്ക് ആവശ്യമായ മൂലധനം കുത്തക ബാങ്കുകൾ നൽകി. കുത്തക വ്യവസായങ്ങളുടെ ലാഭത്തിലൊരു ഭാഗം കുത്തക ബാങ്കു കളിലുമെത്തി. ബാങ്കുകളുടെ ഓഹരിമൂലധനത്തിൽ വ്യവസായികൾ നിക്ഷേപം നടത്തി നിയന്ത്രണമേറ്റെടുത്തു. വ്യവസായങ്ങളുടെ ഓഹരി മൂലധന ത്തിൽ ബാങ്കുകളും നിക്ഷേപിച്ച് നിയന്ത്രണം ചെലുത്തി. മാത്രവുമല്ല ബാങ്കുകൾ തന്നെ വ്യവസായങ്ങൾ തുടങ്ങി; വ്യവസായികൾ ബാങ്കു കളും. കുത്തക വ്യവസായ മൂലധനവും കുത്തക ബാങ്കിങ് മൂലധനവും ഇഴുകിച്ചേർന്നു. വിഭജനരേഖ ഇല്ലാതായി. പുതിയൊരുതരം മൂലധനം ഉണ്ടായി. അതാണ് ഫിനാൻസ് മൂലധനം അഥവാ ധനമൂലധനം. ഓഹരി വിപണിയിലെ ഊഹക്കച്ചവടത്തിനാണ് ധനമൂലധനം ഉപയോഗിക്കപ്പെടു ന്നത്. ഊഹക്കച്ചവടത്തിന് വിന്യസിക്കുമ്പോഴാണ് മൂലധനം ധനമൂലധ നമാവുന്നത്. ഉൽപ്പാദനത്തിൽ നിക്ഷേപിക്കപ്പെടുമ്പോൾ മൂലധനം പ്രത്യ ക്ഷമൂലധനമാണ്. അതായത് ധനമൂലധനം ഒരു പ്രത്യേകവിഭാഗമല്ല.

ഫിനാൻസ് മൂലധനത്തെ ധനമൂലധനമെന്നു വിളിക്കുന്നു. പണവും പണ

ത്തോടടുത്തു നിൽക്കുന്ന നിക്ഷേപങ്ങളും ഓഹരികളും കടപ്പത്രങ്ങളും ഡെറിവേറ്റിവുകളും മറ്റുമാണ് ഫിനാൻസ് മൂലധനത്തിന്റെ പ്രകടരൂപം.

ധനമൂലധനത്തിന്റെ ഏറ്റവും വലിയ സവിശേഷത അത് ഉൽപ്പാദന മേഖലയിലല്ല വിനിയോഗിക്കപ്പെടുന്നത് എന്നത്രെ. ഓഹരിവിപണിയിലെ ഊഹക്കച്ചവടത്തിനാണ് അത് നിക്ഷേപിക്കപ്പെടുന്നത്. അതുകൊണ്ട് ഉൽപ്പാദനവർധനയും തൊഴിലവസരങ്ങളുടെ വളർച്ചയും ഉണ്ടാകുന്നില്ല. ഓഹരിവ്യാപാരം വൻകിടവ്യവസായങ്ങളുടെ മൂലധന സമാഹരണം എളുപ്പമാക്കുന്നുണ്ട്. പുതിയ ഓഹരികൾ പുറപ്പെടുവിക്കൽ സുഗമമാക്കുന്നു. ഓഹരി വിലസൂചികയിലെ ഉയർച്ച കുത്തകകളുടെ ആസ്തിമൂല്യം വളർത്തുന്നു.

ധനമൂലധനത്തിന്റെ മറ്റൊരു പ്രത്യേകത എവിടേക്കും ഒഴുകിയെത്താനും തിരിച്ചൊഴുകാനുമുള്ള അതിന്റെ ക്ഷമതയാണ്. കൂടുതൽ ലാഭം നേടിത്തരുന്ന ഓഹരികമ്പോളത്തിലേക്ക് അത് ഒഴുകിയെത്തും. നഷ്ടസാധ്യത സംശയിക്കുന്ന മാത്രയിൽ തിരിച്ചൊഴുകും; മറ്റൊരുലാഭവിപണിയിലേക്ക്. ഓഹരി വിലസൂചികയുടെ ചാഞ്ചാട്ടത്തിനു കാരണം ധനമൂലധനത്തിന്റെ ഒഴുക്കും തിരിച്ചൊഴുക്കുമാണ്.

ഒരു ഉദാഹരണം. 2007 ൽ 18.3 ശതകോടി ഡോളറിന്റെ വിദേശമൂലധനം ഇന്ത്യൻ ഓഹരികമ്പോളത്തിൽ എത്തി. എന്നാൽ 2008 ൽ 12.5 ശതകോടി ഡോളറിന്റെ നിക്ഷേപം പിൻവലിക്കപ്പെട്ടു.

ധനമൂലധനത്തിന്റെ ആവിർഭാവത്തോടെ മൂലധനം ലാഭകരമായി നിക്ഷേപിച്ച് ലാഭം നേടിക്കൊടുക്കുന്ന ഇടനിലക്കാരായ ഒരു കൂട്ടം സ്ഥാപനങ്ങളും രൂപംകൊണ്ടു. അവയാണ് വിദേശ നിക്ഷേപകസ്ഥാപനങ്ങൾ .(ഫോറിൻ ഇൻസ്റ്റിറ്റ്യൂഷണൽ ഇൻവെസ്റ്റേഴ്സ് – എഫ് ഐ ഐ) വാണിജ്യബാങ്കുകൾ, മർച്ചന്റ് ബാങ്കുകൾ, ഇൻഷുറൻസ് കമ്പനികൾ, മ്യൂച്ചൽ ഫണ്ടുകൾ, പെൻഷൻഫണ്ടുകൾ, ഹെഡ്ജ് ഫണ്ടുകൾ, നിക്ഷേപബാങ്കുകൾ, ഭവനവായ്പ സ്ഥാപനങ്ങൾ എല്ലാം അങ്ങനെ ജന്മംകൊണ്ടവയാണ്. സ്വന്തം മൂലധനം ഉപയോഗിച്ചല്ല ആ ധനകാര്യസ്ഥാപനങ്ങൾ പ്രവർത്തിക്കുന്നത്. ഓഹരികളും കടപ്പത്രങ്ങളും പുറപ്പെടുവിച്ച് അവ മൂലധനം സമാഹരിക്കുന്നു.

ധനമൂലധനം ഇന്ന രാജ്യത്തെ എന്നില്ല. അതിനു പ്രത്യേക ഉറവിടമില്ല. ഫ്രഞ്ചു മൂലധനമെന്നോ ബ്രിട്ടീഷ് മൂലധനമെന്നോ അതിനെ വിശേഷിപ്പിക്കാനാവില്ല. അനവധി നദികളിലെ ജലം ഒഴുകി സമുദ്രത്തിലെത്തിയാൽ ഇന്ന നദിയിലെ ജലം എന്നു വേർതിരിക്കാനാവില്ലല്ലോ. പ്രത്യേക ഉറവിടമില്ലാത്തതുപോലെ തന്നെ പ്രത്യേക നിയന്ത്രണകേന്ദ്രവും അതിനില്ല. അത് ആഗോളമായി സഞ്ചരിക്കുന്നു. വിവിധരാജ്യങ്ങളിലെ ഓഹരി വിപണികളിലേക്ക് ഒഴുകിയെത്തുന്നു; തിരിച്ചും ഒഴുകുന്നു. ധനമൂലധനം ആഗോളമൂലധനമാണ്. സാമ്രാജ്യത്വം ആഗോളമൂലധനത്തിന്റെ അധിനിവേശ വ്യവസ്ഥയാണ്.

ഒരു ധനകാര്യസ്ഥാപനമോ സ്ഥാപനങ്ങളോ പുറപ്പെടുവിച്ച ഓഹരികളും കടപ്പത്രങ്ങളും മാത്രമല്ല കമ്പോളത്തിൽ വിപണനം ചെയ്യപ്പെടുന്നത്. അവയാണ് പ്രാഥമിക ഓഹരികളും കടപ്പത്രങ്ങളും. എന്നാൽ പ്രാഥമിക ഓഹരികളുടെയും കടപ്പത്രങ്ങളുടെയും അടിസ്ഥാനത്തിൽ പുതിയവ സൃഷ്ടി

ക്കപ്പെടുന്നുണ്ട്. അങ്ങനെ സൃഷ്ടിക്കപ്പെട്ടവയുടെ അടിസ്ഥാനത്തിൽ വീണ്ടും പുതിയവ സൃഷ്ടിക്കപ്പെടുന്നു. ഒന്നിന്റെ അടിസ്ഥാനത്തിൽ സൃഷ്ടിക്കപ്പെടുന്ന മറ്റൊന്നിനെ ഡെറിവേറ്റിവുകൾ എന്നു വിളിക്കുന്നു. നൂറു ഡോളറിന്റെ പ്രാഥമിക കടപ്പത്രത്തിന്റെ പിൻബലത്തിൽ ലക്ഷം ഡോളറിന്റെ ഡെറിവേറ്റിവുകളുണ്ടാകും. തലകീഴായി നിർത്തിയ പിരമിഡ് കണക്കെയാണ് വളർച്ച. പുറപ്പെടുവിക്കുന്ന സ്ഥാപനങ്ങളിലുള്ള വിശ്വാസമല്ലാതെ മറ്റൊന്നും കടപ്പത്രങ്ങൾക്കും ഡെറിവേറ്റിവുകൾക്കും ഇല്ല. വിശ്വാസം നഷ്ടമായാൽ തകർച്ച ഉറപ്പാണ്.

കടപ്പത്രങ്ങൾ രണ്ടുതരമുണ്ട്. കോർപ്പറേറ്റ് സ്ഥാപനങ്ങൾ പുറപ്പെടുവിക്കുന്ന ഡിബഞ്ചറുകളും ഗവൺമെന്റുകൾ പുറപ്പെടുവിക്കുന്ന ബോണ്ടുകളും. എല്ലാ കടപ്പത്രങ്ങളും ഒരേ സ്വഭാവമുള്ളവയല്ല. കാലാവധി വ്യത്യസ്തമായിരിക്കും. പലിശ നിരക്കുകളിൽ വ്യത്യാസമുണ്ടാകും. വിശ്വസനീയത വ്യത്യസ്തമായിരിക്കും. സമാനസ്വഭാവമുള്ള കടപ്പത്രങ്ങളെ വേർതിരിച്ച് ഡെറിവേറ്റിവുകൾ സൃഷ്ടിക്കുകയാണ് പൊതുരീതി.

വായ്പകളുടെ അടിസ്ഥാനത്തിലും ഡെറിവേറ്റിവുകളുണ്ടാകും. ഉദാഹരണമായി ഒരു ഭവനവായ്പാ സ്ഥാപനം നൽകുന്ന വായ്പ, നിശ്ചിത കാലാവധിക്കകം പലിശസഹിതം തിരിച്ചു ലഭിക്കുമെങ്കിലും, ആ സ്ഥാപനം കാലാവധിവരെ കാത്തിരിക്കുകയില്ല. മറിച്ച് വായ്പയുടെ അടിസ്ഥാനത്തിൽ കടപ്പത്രങ്ങൾ നിർമിച്ച് വിപണനം നടത്തുന്നു.

ധനമൂലധനത്തിന്റെ ആകർഷണകേന്ദ്രങ്ങളിലൊന്നാണ് അവധിവ്യാപാരം. സ്വർണം, വെള്ളി, ഉരുക്ക്, ക്രൂഡ് ഓയിൽ, പ്രകൃതിവാതകം, കാർഷികോൽപ്പന്നങ്ങൾ, കറൻസികൾ എന്നിവയുടെ അവധി വ്യാപാരത്തിലും ഡെറിവേറ്റീവുകളുടെ വ്യാപാരത്തിലും വൻതോതിൽ ധനമൂലധനം നിക്ഷേപിക്കപ്പെടുന്നുണ്ട്. സ്വർണം ലാഭകരമല്ലെന്നു കണ്ടാൽ ഡോളറിൽ നിക്ഷേപിക്കും. ഡോളർ ലാഭകരമല്ലെന്നു കണ്ടാൽ ക്രൂഡ് ഓയിലിൽ നിക്ഷേപിക്കും.

ലോകമെങ്ങുമുള്ള വൻകിട ധനകാര്യസ്ഥാപനങ്ങൾ പരസ്പര ബന്ധിതമാണ്. സ്ഥാപനങ്ങൾ മാത്രമല്ല ഗവൺമെന്റുകളും അപ്രകാരം ബന്ധിതമാണ്. ജർമൻ സ്ഥാപനങ്ങളോ ഗവൺമെന്റോ അമേരിക്കൻ കടപ്പത്രങ്ങളിൽ നിക്ഷേപിച്ചിരിക്കും. അമേരിക്കൻ ധനകാര്യസ്ഥാപനങ്ങൾ ഫ്രഞ്ചു സ്ഥാപനങ്ങളുടെ കടപ്പത്രങ്ങളിലോ സർക്കാർ ബോണ്ടുകളിലോ നിക്ഷേപിച്ചിരിക്കും. ഫ്രഞ്ചു സ്ഥാപനങ്ങൾ ജപ്പാനിലെ സ്ഥാപനങ്ങളിലും ഗവൺമെന്റിലും നിക്ഷേപം നടത്തിയിരിക്കും. ഇതിവിടെ അവസാനിക്കുന്നില്ല. പല രാജ്യങ്ങൾ, പല ധനകാര്യസ്ഥാപനങ്ങൾ, പലതരം കടപ്പത്രങ്ങളും ഓഹരികളും ഡെറിവേറ്റിവുകളും എല്ലാം കെട്ടുപിണഞ്ഞ് അത്യന്തം ദുരൂഹമായ സംവിധാനമാണ് ധനമേഖലയിൽ നിലനിൽക്കുന്നത്. ശൃംഖലയിൽ എവിടെയെങ്കിലും ഇഴപൊട്ടിയാൽ പകർച്ചവ്യാധിപോലെ പ്രതിസന്ധി പടരും. ഭവനവായ്പയുടെ കാര്യത്തിൽ അമേരിക്കയിൽ സംഭവിച്ചത് അതാണ്.

ധനമൂലധനം ജീവിതത്തിന്റെ സകലമേഖലകളിലും ആക്രമണം നടത്തി ആധിപത്യമുറപ്പിക്കുന്ന ചിത്രമാണ് ലോകം ദർശിക്കുന്നത്. രാഷ്ട്രീയം, സാമ്പത്തികം, സംസ്കാരം തുടങ്ങിയ സകലമേഖലകളെയും അത് കീഴടക്കുന്നു.

ലാഭവഴികളിലെ തടസ്സങ്ങൾ നീക്കി രാജ്യങ്ങളെയും ജനസമൂഹങ്ങളെയും കീഴ്പ്പെടുത്തി അധീശത്വം സ്ഥാപിക്കുക സാമ്രാജ്യത്വത്തിന്റെ തുടർച്ചക്ക് അനിവാര്യമാണ്. ചരക്കുകൾ യഥേഷ്ടം വിൽക്കണം. മൂലധനം യഥേഷ്ടം നിക്ഷേപിക്കണം. ലാഭമാണ് ലക്ഷ്യം. ചരക്കുകളുടെയും മൂലധനത്തിന്റെയും നിശ്ശബ്ദ സ്വീകർത്താക്കളാക്കി രാജ്യങ്ങളെ മാറ്റുകയാണ് സാമ്രാജ്യത്വതന്ത്രം.

ആഗോളവൽക്കരണ നയങ്ങളെ അനുസരണയോടെ നടപ്പാക്കുന്ന ഭരണകൂടങ്ങളെ അധികാരത്തിലെത്തിക്കാൻ സാമ്രാജ്യത്വം ആളും അർഥവും നൽകും. അനുസരണയില്ലാത്ത ഭരണകൂടങ്ങളെ ദുർബലപ്പെടുത്തും; പിഴുതെറിയും. അതിനായി രാജ്യത്തിനകത്തുതന്നെയുള്ള വർഗീയ–വിഘടന ശക്തികളെ ഉപയോഗിക്കും. സാംസ്കാരികമായി ചിന്താശേഷിയും പ്രതികരണശേഷിയും ചോർത്തിക്കളഞ്ഞ ജനങ്ങളെ സൃഷ്ടിക്കാനാണ് സാമ്രാജ്യത്വം ശ്രമിക്കുക. ഒറ്റതിരിഞ്ഞ വ്യക്തികളായാണ് സമൂഹത്തെ സാമ്രാജ്യത്വം കാണുന്നത്. കൂട്ടായ്മയെ അവർ ഭയപ്പെടുന്നു. രാഷ്ട്രീയത്തെ ഭയപ്പെടുന്നു. രാഷ്ട്രീയം അപകീർത്തികരമായി കാണുന്ന അരാഷ്ട്രീയ വാദികളായി വിശേഷിച്ചും യുവാക്കളെ മാറ്റിയെടുക്കാനാണ് സാമ്രാജ്യത്വം ശ്രമിക്കുക.

കമ്യൂണിസ്റ്റ് മാനിഫെസ്റ്റോ ഇങ്ങനെ നിരീക്ഷിക്കുന്നു.

> അനുവദിച്ചുകിട്ടിയതും നേടിയെടുത്തതുമായ അസംഖ്യം സ്വാതന്ത്ര്യങ്ങളുടെ സ്ഥാനത്ത് അത് (അതായത് ബൂർഷ്വാസി) മനസ്സാക്ഷിക്കു നിരക്കാത്ത ഒരൊറ്റ സ്വാതന്ത്ര്യത്തെ–സ്വതന്ത്രവ്യാപാരത്തെ –പ്രതിഷ്ഠിച്ചു. ഒറ്റവാക്കിൽ പറഞ്ഞാൽ മതപരവും രാഷ്ട്രീയവുമായ വ്യാമോഹങ്ങളുടെ മൂടപടമിട്ട ചൂഷണത്തിനുപകരം നഗ്നവും നിർലജ്ജവും പ്രത്യക്ഷവും മൃഗീയവുമായ ചൂഷണം അതു നടപ്പാക്കി.

മാനിഫെസ്റ്റോ ഇങ്ങനെ തുടരുന്നു.

> ജനസംഖ്യയുടെയും ഉൽപ്പാദനോപാധികളുടെയും സ്വത്തുകളുടെയും ഛിന്നഭിന്നാവസ്ഥയെ ബൂർഷ്വാസി കൂടുതൽ കൂടുതൽ ഇല്ലാതാക്കിക്കൊണ്ടിരിക്കുകയാണ്. അത് ജനസംഖ്യയെ ഒന്നിച്ചു കൂട്ടിച്ചേർത്തിരിക്കുന്നു; ഉൽപ്പാദനോപാധികളെ കേന്ദ്രീകരിക്കുകയും സ്വത്ത് ഒരുപിടി ആളുകളുടെ കൈകളിൽ സ്വരൂപിക്കുകയും ചെയ്തിരിക്കുന്നു. ഇതിന്റെയെല്ലാം അനിവാര്യഫലം രാഷ്ട്രീയാധികാരത്തിന്റെ കേന്ദ്രീകരണമായിരുന്നു. പ്രത്യേകം പ്രത്യേകമായ താൽപ്പര്യങ്ങളും നിയമങ്ങളും ഭരണക്രമങ്ങളും നികുതി സമ്പ്രദായങ്ങളുമുള്ള സ്വതന്ത്രമോ അഥവാ അയഞ്ഞ ബന്ധങ്ങൾ മാത്രമുള്ളതോ ആയ പ്രവിശ്യകളെ ബൂർഷ്വാസി ഒരൊറ്റ ഗവൺമെന്റും ഒരൊറ്റ നിയമസംഹിതയും ഒരൊറ്റ ദേശീയ വർഗതാൽപ്പര്യവും, ഒരൊറ്റ അതിർത്തിയും ഒരൊറ്റ ചുങ്കവ്യവസ്ഥയുമുള്ള ഒരൊറ്റ ദേശീയ രാഷ്ട്രീയത്തിൽ കൂട്ടിച്ചേർത്തു.

2

മൂലധനത്തിന്റെ ബലപ്രയോഗങ്ങൾ

സ്പെക്ട്രം, കൽക്കരി ഖനികൾ, തണ്ണീർ തടാകങ്ങൾ, കൃഷി ഭൂമികൾ തുടങ്ങിയ പ്രകൃതിവിഭവങ്ങളുടെ കൈമാറ്റത്തിൽ സർക്കാർ കൈക്കൊള്ളുന്ന അത്യുദാരസമീപനം, ആദിമ മൂലധനസഞ്ചയനം സംബന്ധിച്ച മാർക്സിന്റെ വിശകലനം ഏറെ പ്രസക്തമാക്കുന്നുണ്ട്.

*മൂലധന*ത്തിന്റെ 26–ാം അധ്യായം ആദിമ മൂലധനസഞ്ചയനം സംബന്ധിച്ചാണ്. തുടർന്നുള്ള അഞ്ച് അധ്യായങ്ങൾ, ബലപ്രയോഗവും ഭരണകൂടപിന്തുണയും ഉപയോഗിച്ച് എപ്രകാരമാണ് കൃഷിക്കാർ അവരുടെ കൃഷിയിടങ്ങളിൽ നിന്ന് ആട്ടിപ്പായിക്കപ്പെട്ടത് എന്നു വിശദമാക്കുന്നു. 14–16 നൂറ്റാണ്ടുകളിൽ ഇംഗ്ലണ്ടിൽ അരങ്ങേറിയ സംഭവങ്ങൾ മാർക്സ് സവിസ്തരം പരിശോധിക്കുന്നുണ്ട്.

മൂലധനം പ്രയോഗിച്ച് മിച്ചമൂല്യം സൃഷ്ടിക്കുക. മിച്ചമൂല്യം നിക്ഷേപിച്ച് മൂലധനം പെരുപ്പിക്കുക. വീണ്ടും മൂലധനം പ്രയോഗിച്ച് മിച്ചമൂല്യം വളർത്തുക – ആവർത്തിക്കുന്ന ഈ പ്രക്രിയയാണ് മൂലധനസഞ്ചയനം. തകരാറു പിടിച്ച ഒരുതരം വട്ടംചുറ്റലിനെക്കുറിച്ച് രസകരമായി വർണിച്ചുകൊണ്ടാണ് 26–ാം അധ്യായം ആരംഭിക്കുന്നത്. മാങ്ങയുടെ അണ്ടിയാണോ മാവാണോ ആദ്യമുണ്ടായത് എന്ന് ചോദിക്കാറില്ലേ. പെട്ടെന്ന് ഉത്തരംപറയാൻ കഴിയാത്ത ചോദ്യമാണത്. മിച്ചമൂല്യമാണ് മുതലാളിത്ത വളർച്ചയുടെ അടിസ്ഥാനം. മിച്ചമൂല്യമുണ്ടാകണമെങ്കിൽ മൂലധനം വേണം. മൂലധനമുണ്ടാകണമെങ്കിൽ മിച്ചമൂല്യവും. ഏതാണ് ആദ്യം? ബൈബിളിലെ ആദിപാപത്തിന്റെ ഉദാഹരണം മാർക്സ് ഇവിടെ രസകരമായി ഉദ്ധരിക്കുന്നുണ്ട്. ഏതായാലും ഏതെങ്കിലും ഒന്ന് ആദ്യം ഉണ്ടായേ തീരൂ. അതായത് മുതലാളിത്തപരമായ ഉൽപ്പാദനം നടക്കുന്നതിനു മുമ്പേ മൂലധനസഞ്ചയനം നടക്കണം. അപ്രകാരം നടക്കുന്ന മൂലധനസഞ്ചയനമാണ് ആദിമ മൂലധനസഞ്ചയനം.

ക്ലാസിക്കൽ അർഥശാസ്ത്രകാരനായ ആദം സ്മിത്താണ് (1776

-Wealth of Nations) ആദിമ മൂലധനസഞ്ചയനത്തെക്കുറിച്ച് ആദ്യം പറഞ്ഞത്. Previous capital accumulation (പൂർവ മൂലധനസഞ്ചയനം) എന്ന വാക്കാണ് ആദം സ്മിത്ത് ഉപയോഗിച്ചത്. മാർക്സാകട്ടെ Primitive capital accumulation (ആദിമ മൂലധനസഞ്ചയനം) എന്നും. ആദം സ്മിത്തിന്റെ അഭിപ്രായത്തിൽ ആളുകൾ രണ്ടുതരക്കാരാണ്. അധ്വാനശാലികളും ബുദ്ധിശാലികളും കുറച്ചുമാത്രം ചെലവിടുന്നവരുമാണ് ഒരു കൂട്ടർ. മടിയന്മാരും ബുദ്ധിശൂന്യരും ധാരാളികളും കലഹപ്രിയരുമാണ് മറുകൂട്ടർ. ആദ്യത്തെ കൂട്ടർ ധനം സമ്പാദിക്കുമ്പോൾ രണ്ടാമത്തെ കൂട്ടർ ധനം സമ്പാദിക്കാത്തതു മൂലം തങ്ങളെത്തന്നെ വിൽക്കാൻ നിർബന്ധിതരാകുന്നു. ധനം സമ്പാദിച്ചുകൂട്ടുന്നവർ വേല ചെയ്യുന്നതു നിർത്തിയാലും അവരുടെ ധനം തുടർച്ചയായി വർധിച്ചുകൊണ്ടിരിക്കും. ആദം സ്മിത്തിന്റെ വിശകലനം തികച്ചും ബാലിശമാണെന്ന കാര്യത്തിൽ സംശയമില്ല. ചരിത്രത്തിൽ മൂലധനസഞ്ചയനം നടന്നിട്ടുള്ളത് കീഴടക്കൽ, അടിമകളാക്കൽ, കൊലപാതകം, കവർച്ച, ബലപ്രയോഗം തുടങ്ങി നാനാ മാർഗങ്ങളിലൂടെയാണ്. ആ മാർഗങ്ങൾ ഇപ്പോഴും സ്വീകരിക്കപ്പെടുന്നു. ഭരണകൂടം പണ്ടും മൂലധനസഞ്ചയനത്തെ നിയമങ്ങളും ബലപ്രയോഗങ്ങളും ഉപയോഗിച്ച് പിന്തുണച്ചിട്ടുണ്ടെങ്കിലും രീതിശാസ്ത്രം പ്രകടമായി മാറിയിരിക്കുന്നു. നവഉദാരവൽക്കരണനയം സർക്കാരിനെ ഒഴിവാക്കുന്നില്ല. സർക്കാരിന് പുതിയ ചുമതലകൾ ഏൽപ്പിക്കുകയാണ്. ഉൽപ്പാദന–വിതരണ രംഗങ്ങളിൽനിന്നും സർക്കാർ പിൻവലിയുന്നു. മൂലധന വളർച്ചക്ക് പശ്ചാത്തലമൊരുക്കുന്ന ചുമതല ഏറ്റെടുക്കുന്നു.

മിച്ചമൂല്യത്തെ ഇങ്ങനെ വിശദമാക്കാം. ആകെ മൂലധന നിക്ഷേപത്തിന്റെ ഒരു ഭാഗം (അതും ഗണ്യമായ ഭാഗം), പണിശാലകൾ, ഓഫീസുകൾ, യന്ത്രങ്ങൾ, അസംസ്കൃത വസ്തുക്കൾ എന്നിവയ്ക്കു ചെലവാക്കപ്പെടുന്നു. മറുഭാഗം അധ്വാനശേഷി വിലയ്ക്കു വാങ്ങാൻ കൂലിയായി ചെലവാക്കപ്പെടുന്നു. തൊഴിലാളികൾ അവർക്കു ലഭിക്കുന്ന കൂലിയേക്കാൾ കൂടുതൽ ഉൽപ്പാദിപ്പിക്കുന്നു. അതാണ് മിച്ചമൂല്യം. തൊഴിലാളികൾക്ക് മാത്രമേ അവരുടെ മൂല്യത്തേക്കാൾ (കൂലിയേക്കാൾ) കൂടുതൽ ഉൽപ്പാദിപ്പിക്കാൻ കഴിയൂ. യന്ത്രങ്ങളും അസംസ്കൃത വസ്തുക്കളും മറ്റും അവയ്ക്കുള്ളതിനേക്കാൾ അധികമൂല്യം ഉൽപ്പാദിപ്പിക്കുന്നില്ല. ഉൽപ്പാദനപ്രക്രിയയിൽ അവയ്ക്കു നഷ്ടപ്പെടുന്ന മൂല്യം, ഉൽപ്പന്നത്തിന്റെ അഥവാ ചരക്കിന്റെ ഭാഗമായി മാറുകയാണ് ചെയ്യുന്നത്. തൊഴിലാളികൾക്ക് എത്രമേൽ കൂലി കുറച്ചു നൽകുന്നുവോ, അല്ലെങ്കിൽ അവരുടെ ഉൽപ്പാദനക്ഷമത എത്രമേൽ ഉയർത്തുന്നുവോ അത്രമേൽ മിച്ചമൂല്യവും വളരും; മൂലധനസഞ്ചയനവും പുരോഗമിക്കും.

പണ്ട് പണവും സാധനങ്ങളും മൂലധനമായിരുന്നില്ല. ഉൽപ്പാദനോപാധികളും (ഉദാ: കൃഷിഭൂമി, കലപ്പ തുടങ്ങിയവ) മൂലധനമായിരുന്നില്ല. ഉൽപ്പാദനോപാധികൾ ഉപയോഗിച്ച് സാധനങ്ങൾ ഉണ്ടാക്കി. സാധനങ്ങൾ വിറ്റുകിട്ടുന്ന പണം ഉപയോഗിച്ച് മറ്റു സാധനങ്ങൾ വാങ്ങി ഉപയോഗിച്ചുപോന്നു. സാധനങ്ങൾ നിർമിക്കുന്നവർ തന്നെയായിരുന്നു ഉൽപ്പാദനോപാധികളുടെയും ഉടമകൾ അല്ലെങ്കിൽ കൈവശാവകാശികൾ. ചൂഷണ ഉപാധിയാണ് മൂലധനം. അങ്ങനെ ചൂഷണം ചെയ്യണമെങ്കിൽ ഉൽപ്പാദ

നോപാധികളുടെ ഉടമകളെന്നും അധ്വാനശേഷി വിറ്റ് ജീവിക്കുന്നവരെന്നും ഉള്ള നിലയിൽ സമൂഹം വേർപിരിയണം. പരസ്പരം ബന്ധപ്പെട്ട രണ്ടു കാര്യങ്ങൾ ഇവിടെ സംഭവിക്കുന്നു. ഉൽപ്പാദകർക്ക് ഉൽപ്പാദനോപാധികളുടെ മേൽ അവകാശം നഷ്ടപ്പെടുക എന്നതാണ് ഒന്നാമത്തേത്. കേവലം ഉപകരണങ്ങൾ എന്നല്ലാതെ, അധ്വാനശേഷി വിൽക്കാൻ സ്വാതന്ത്ര്യമുള്ളവരാക്കുക എന്നതാണ് രണ്ടാമത്തേത്. അടിമകളെയും കുടിയാന്മാരെയും സ്വതന്ത്രരാക്കുന്ന (Emancipation) പ്രക്രിയ ചരിത്രത്തിൽ നടന്നിട്ടുള്ളത് മുതലാളിത്ത വികാസത്തിന് കളമൊരുക്കലായിട്ടാണ്. കേരളത്തിൽ ജാതീയമായ അടിച്ചമർത്തലുകൾക്കെതിരെ നടന്ന സാമുദായിക പരിഷ്കാരങ്ങളും ആ ദിശയിൽ ഉള്ളവയായിരുന്നു. ഉള്ളവരും ഇല്ലാത്തവരും തമ്മിൽ വ്യത്യാസമില്ലാതാക്കുക സാമുദായിക പരിഷ്കരണത്തിന്റെ ലക്ഷ്യമായിരുന്നില്ല.

മാർക്സിനെത്തന്നെ ഉദ്ധരിക്കാം:

> മുതലാളിത്ത സമ്പ്രദായത്തിന്റെ മുന്നോടിയായി തൊഴിലാളികളെ എല്ലാവിധ ഉൽപ്പാദനോപകരണങ്ങളിൽനിന്നും വേർപെടുത്തുന്നു. മുതലാളിത്തപരമായ ഉൽപ്പാദനം ഒരിക്കൽ അതിന്റെ സ്വന്തം കാലിന്മേൽ നിൽക്കുന്നതോടുകൂടി ഈ വേർപെടുത്തലിനെ നിലനിർത്തുക മാത്രമല്ല ചെയ്യുന്നത്. നിരന്തരമായി വർധിച്ചുകൊണ്ടിരിക്കുന്ന തോതിൽ അതിനെ പ്രത്യുൽപ്പാദിപ്പിക്കുകയും ചെയ്യുന്നു. അതുകൊണ്ട് തൊഴിലാളികളിൽനിന്നും അവരുടെ ഉൽപ്പാദനോപകരണങ്ങളുടെ അവകാശങ്ങളെ എടുത്തുകളയുക എന്നതുതന്നെയാണ് മുതലാളിത്ത സമ്പ്രദായത്തിന്റെ ആവിർഭാവത്തിനുള്ള വഴി. അപ്പോൾ ആദിമ മൂലധനസഞ്ചയനം എന്നാൽ ഉൽപ്പാദകരിൽനിന്നും ഉൽപ്പാദനോപകരണങ്ങളെ വേർപെടുത്തുന്ന ചരിത്രപരമായ പ്രവർത്തനമല്ലാതെ മറ്റൊന്നുമല്ല.

ഗ്രാമീണ കർഷകരെ അവരുടെ ജീവിതമാർഗങ്ങളിൽനിന്നും പറിച്ചെറിയുന്ന പ്രക്രിയയാണത്.

ആദിമ മൂലധനസഞ്ചയത്തിന്റെ വിവിധ മാർഗങ്ങൾ ഇംഗ്ലണ്ടിന്റെ ഉദാഹരണങ്ങൾ ഉദ്ധരിച്ചുകൊണ്ട് മാർക്സ് വിശദമാക്കുന്നുണ്ട്. ഉയർന്നുവന്ന വ്യവസായിവിഭാഗം, ഭരണകൂടത്തിന്റെ ഭൂസ്വത്തുക്കൾ കൗശലപൂർവം തങ്ങളുടേതാക്കി മാറ്റി. പള്ളിവക സ്വത്തുക്കൾ അവർ കൊള്ള ചെയ്തു. പൊതു നിലങ്ങൾ വളച്ചുകെട്ടി (Enclosure movement) തങ്ങളുടെ അധീനതയിലാക്കി. വീടുകളും കൃഷിപ്പാടങ്ങളും അടിച്ചുനിരപ്പാക്കി (Clearing of Estates). ലക്ഷക്കണക്കിനു ചെറുകിട കൃഷിക്കാർ ആട്ടിപ്പായിക്കപ്പെട്ടു. അധ്വാനശേഷി വിൽക്കാൻ അവർ നിർബന്ധിതരായി. (15-ാം നൂറ്റാണ്ടിൽ ഇംഗ്ലണ്ടിൽ ചെറുകിട ഉൽപ്പാദകരായിരുന്നു ജനസംഖ്യയിൽ മഹാഭൂരിപക്ഷം എന്ന് സ്ഥിതി വിവരക്കണക്കുകൾ ഉദ്ധരിച്ച് മാർക്സ് സമർഥിക്കുന്നു). ജന്മി-നാടുവാഴി സ്വത്തുക്കളെയും ഗോത്ര സ്വത്തുക്കളെയും അപഹരിച്ച് സ്വകാര്യ സ്വത്താക്കി.

> മുതലാളിത്തപരമായ കൃഷിക്കുവേണ്ടി അവർ വയലുകളെ കീഴടക്കി. ഭൂമിയെ മൂലധനത്തിന്റെ പ്രധാന ഘടകമാക്കിത്തീർത്തു. അതു

വഴി നഗരവ്യവസായങ്ങൾക്ക് ആവശ്യമായ നഗരസംരക്ഷകളിൽ നിന്നും ഒഴിവാക്കപ്പെട്ട കൂലി വേലക്കാരെ വേണ്ടിടത്തോളം സൃഷ്ടി ച്ചുവിടുകയും ചെയ്തു.

മുതലാളിത്ത ഉൽപ്പാദനരീതിയുടെ ഉത്ഭവ ഘട്ടത്തിൽ ബൂർഷ്വാസി കൂലി നിയന്ത്രിക്കുന്നതിനും ജോലിസമയം ദീർഘിപ്പിക്കുന്നതിനും ഭര ണകൂടത്തിന്റെ പിന്തുണ ഉപയോഗപ്പെടുത്തി. ആദിമ മൂലധനസഞ്ചയന ത്തിന്റെ പ്രമുഖരീതികളിലൊന്നാണിത്. അതായത്, കൃഷിക്കാരെ അവ രുടെ കൃഷിപ്പാടങ്ങളിൽനിന്ന് അടിച്ചോടിക്കുന്നതു മാത്രമല്ല ആദിമ മൂല ധനസഞ്ചയനം. ആദിമ മൂലധനസഞ്ചയനം പല രൂപങ്ങൾ കൈക്കൊള്ളാം. കോളനിഭരണം ഒരു പ്രമുഖ രീതിയാണ്. ബ്രിട്ടീഷ് വ്യവസായങ്ങൾക്കു വേണ്ട അസംസ്കൃത വസ്തുക്കളുടെ ഉറവിടമായും വിദേശ ഉൽപ്പന്ന ങ്ങൾക്ക് വിപണിയായും ഇന്ത്യയെ മാറ്റുകയാണ് കോളനിഭരണം ചെയ്തത്. ഒന്നുരണ്ടു ഉദാഹരണങ്ങൾ ഉദ്ധരിക്കാം. നീലം കയറ്റുമതി പ്രോത്സാ ഹിപ്പിക്കുവാൻ ഈസ്റ്റ് ഇന്ത്യാ കമ്പനി നൂറുകണക്കിന് യൂറോപ്യൻ തോട്ട മുടമകളെ ബംഗാളിൽ അധിവസിപ്പിച്ചു. അവർക്ക് കുറഞ്ഞ വിലക്ക് ഭൂമി നൽകി. തോട്ടമുടമകൾ തങ്ങളുടെ കീഴിലെ കൃഷിക്കാരെ നീലം കൃഷി ചെയ്യുവാൻ നിർബന്ധിച്ചു. കുറഞ്ഞ വിലക്ക് നീലം വാങ്ങി കയറ്റുമതിചെയ്തു കൊ ള്ളലാഭം നേടി. സെമീന്ദാർമാരെയും നീലം കൃഷിചെയ്യാൻ നിർബന്ധിച്ചു. അതേപോലെ പേരുകേട്ട ഇന്ത്യൻ വസ്ത്രങ്ങളും സിൽക്ക് തുണിത്തരങ്ങളും കുറഞ്ഞ വിലക്ക് വാങ്ങി കയറ്റുമതി ചെയ്ത് ബ്രിട്ടീഷ് മുതലാളികൾ വൻലാഭമുണ്ടാക്കി. വ്യാവസായികമായി ബ്രിട്ടൻ മുന്നേറാൻ തുടങ്ങിയ പ്പോൾ നയം മാറ്റി. ഇന്ത്യൻ കയറ്റുമതി ഉൽപ്പന്നങ്ങളുടെമേൽ ഉയർന്ന കയ റ്റുമതി ചുങ്കം ചുമത്തി. കയറ്റുമതി നിരുത്സാഹപ്പെടുത്തി. ബ്രിട്ടീഷ് ഉൽപ്പ ന്നങ്ങളുടെ ഇറക്കുമതി ചുങ്കം കുറച്ച് ഇറക്കുമതി പ്രോത്സാഹിപ്പിച്ചു.

സ്വതന്ത്ര ഇന്ത്യ ഒരു വികസിത മുതലാളിത്ത രാജ്യമല്ല. മുതലാളിത്ത ഉൽപ്പാദനരീതി സ്വീകരിച്ച രാജ്യമാണ്. ചെറുകിട ഉൽപ്പാദകരിൽ നിന്നും തൊഴിലാളികളിൽനിന്നും സ്വത്തും വരുമാനവും വൻകിടക്കാരിലേക്ക് കൈമാറ്റം ചെയ്യപ്പെടുന്നത് എങ്ങനെയെന്ന് പ്രൊഫ. പ്രഭാത് പട്നായിക് (*ഫ്രണ്ട് ലൈൻ ദ്വൈവാരിക* ഒക്ടോബർ 5, 2012) സൂചിപ്പിക്കുന്നുണ്ട്.

വൻകിടക്കാർക്ക് നികുതി ഇളവുകളും ഇതര ആനുകൂല്യങ്ങളും നൽകു കയാണ് ഒരു രീതി. ആദായനികുതി, കോർപ്പറേറ്റ് നികുതി, കസ്റ്റംസ് തീരു വ, എക്സൈസ് തീരുവ എന്നീ ഇനങ്ങളിൽ 2005–06 ൽ 2,29,108 കോടി രൂപയുടെ ഇളവുകൾ നൽകി. 2012–13 ൽ അത് 5,28,163 കോടി രൂപയായി ഉയർന്നു. എട്ടുകൊല്ലത്തിനിടക്ക് നൽകപ്പെട്ടത്. 31,11,169 കോടി രൂപയുടെ ആനുകൂല്യങ്ങളാണ് (വിവിധ വർഷങ്ങളിലെ ഇക്കണോമിക് സർവേകൾ) കോർപ്പറേറ്റ് നികുതി ഇളവുകൾ മാത്രം 4,74,359 കോടി രൂപയുടെയാണ്. 2012 – 13 ൽ നൽകപ്പെട്ടത് 68,008 കോടി രൂപയുടെ ഇളവുകൾ. അതേ വർഷം ഭക്ഷ്യ സബ്സിഡി ഇനത്തിൽ ചെലവാക്കിയത് 72,823 കോടി രൂപ മാത്ര മായിരുന്നു. ആകെ നികുതി ഇളവുകളുടെ പകുതിയിലേറെ കസ്റ്റംസ്

തീരുവ ഇനത്തിലാണ്. വ്യാജകയറ്റുമതി രേഖകൾ നിർമിച്ചു കയറ്റുമതി കൂട്ടിക്കാണിച്ചും വിദേശ ബാങ്കുകളിലെ കള്ളപ്പണമുപയോഗിച്ച് കച്ചവടം നടത്തിയും ആണ് മുഖ്യമായും ആനുകൂല്യങ്ങൾ നേടിയെടുത്തത്.

ചെറുകിട – നാമമാത്ര ഉൽപ്പാദകരിൽനിന്നും തൊഴിലാളികളിൽനിന്നും സ്വത്തും വരുമാനവും കൈമാറ്റുന്നതിനു സ്വീകരിക്കുന്ന രണ്ടു പ്രധാന മാർഗങ്ങളാണ് സബ്സിഡി ഒഴിവാക്കലും വ്യാപാര കരാറുകളും. സബ്സിഡികൾ സാധാരണക്കാർക്കുള്ള കൈത്താങ്ങാണ്. സബ്സിഡിയുടെ അഭാവത്തിൽ ജനങ്ങൾ കൂടുതൽ തുക ചെലവാക്കേണ്ടിവരും. രാസവളത്തിന്റെ ഉദാഹരണമെടുക്കാം. 2010 മാർച്ചിൽ 50 കിലോഗ്രാം തൂക്കം വരുന്ന ഒരു ചാക്ക് കോംപ്ലക്സ് വളത്തിന്റെ വില 427 രൂപയായിരുന്നു. സബ്സിഡി ഒഴിവാക്കപ്പെട്ടതുമൂലം ഇപ്പോൾ വില 1020 രൂപയാണ്. അർഥം ലളിതമാണ്. കൃഷിക്കാരിൽനിന്ന് രാസവളം ഉൽപ്പാദിപ്പിക്കുന്ന മുതലാളികളിലേക്ക് വരുമാനം കൈമാറ്റം ചെയ്യപ്പെട്ടു. ഒന്നാം യു പി എ സർക്കാർ അധികാരത്തിൽ വരുമ്പോൾ ഒരു ലിറ്റർ പെട്രോളിന്റെ വില 37 രൂപയായിരുന്നു. പെട്രോൾ വില നിയന്ത്രണം നീക്കിയതോടെ വില 69.72 രൂപയായി. പാചകവാതകത്തിന്റെ വില 281 രൂപയിൽ നിന്നും 438 രൂപയിലേക്ക് ഉയർന്നു. അരിവില കിലോഗ്രാമിന് 12.70 രൂപയിൽ നിന്നും 20.50 രൂപയാക്കി ഉയർത്തുമ്പോഴും സംഭവിക്കുന്നത് വൻകിട ഉൽപ്പാദകരിലേക്കും വ്യാപാരികളിലേക്കുമുള്ള വരുമാന കൈമാറ്റമാണ്.

ആസിയൻ കരാർ ഉൾപ്പെടെയുള്ള വ്യാപാരകരാറുകൾ വരുമാന കൈമാറ്റത്തിന്റെ മറ്റൊരു ഉപകരണമാണ്. പാമോയിൽ ഇറക്കുമതി നാളികേരത്തിന്റെയും റബർ ഇറക്കുമതി ആഭ്യന്തര സ്വാഭാവിക റബറിന്റെയും വിലയിടിച്ചു. സ്വാഭാവിക റബറിന്റെ വിലയിടിവ് റബർ കൃഷിക്കാരിൽനിന്ന് വരുമാനം എം ആർ എഫ്, ജെ കെ, അപ്പോളോ, സിയറ്റ്, ഗുഡ് ഇയർ തുടങ്ങിയ ടയർ കമ്പനികളിലേക്ക് ഒഴുക്കി. നാളികേര വിലത്തകർച്ച ഹിന്ദുസ്ഥാൻ ലിവർ തുടങ്ങിയ വൻകിടക്കാരിലേക്ക് വരുമാന കൈമാറ്റം സാധ്യമാക്കി. റബറും നാളികേരവും ഉൽപ്പാദിപ്പിക്കാൻ കൃഷിക്കാരും കർഷകത്തൊഴിലാളികളും ചെലുത്തിയ അധ്വാനത്തിന്റെ ഒരു ഭാഗം മുതലാളികൾക്കു ചൂഷണം ചെയ്യാനായി എന്നാണ് ഇപ്പറഞ്ഞതിനർഥം.

പൊതുസ്വത്തുക്കളായ തരിശുഭൂമി, വനങ്ങൾ, തണ്ണീർതടാകങ്ങൾ, പുഴകൾ, സ്പെക്ട്രം, എണ്ണപ്പാടങ്ങൾ, കൽക്കരി ഖനികൾ തുടങ്ങിയവ ചുളുവിലയ്ക്ക് വൻകിടക്കാർക്ക് തരപ്പെടുത്തി നൽകുന്നതാണ് മൂന്നാമത്തെ രീതി. സർക്കാരിന്റെ ഒത്താശയോടെയാണ് അത് നിർവഹിക്കപ്പെടുന്നത്. കോർപ്പറേറ്റുകളും സർക്കാരും തമ്മിലെ ചങ്ങാത്ത മുതലാളിത്തം അത്തരം കൈമാറ്റങ്ങൾക്ക് കളമൊരുക്കുന്നു. ഇന്ത്യയുടെയും കേരളത്തിന്റെയും സമീപകാല അനുഭവങ്ങൾ ഇമ്മാതിരി കൈമാറ്റങ്ങൾ സംബന്ധിച്ച അനവധി ഉദാഹരണങ്ങൾ സമ്മാനിക്കുന്നുണ്ട്. ടു ജി സ്പെക്ട്രം, കൽക്കരി, എണ്ണപ്പാടം അഴിമതികൾ ഉദാഹരണങ്ങളാണ്. സ്വതന്ത്രവ്യാപാര മേഖലയുടെ പേരിൽ 500 ഏക്കർ വേണ്ടിടത്ത് 1000 ഏക്കർ അക്വയർ ചെയ്തു നൽകുന്ന രീതി മറ്റൊരു ഉദാഹരണമാണ്.

മുതലാളിത്ത വികസനരീതിയെ സംബന്ധിച്ചിടത്തോളം ഇന്ത്യയുടെ പൊതുസ്ഥിതിയിൽ നിന്ന് വ്യത്യസ്തമായ ചിത്രമാണ് കേരളം കാഴ്ചവയ്ക്കുന്നത്. ഫ്യൂഡൽ അവശിഷ്ടങ്ങളായ ജാതി–മത വേലിക്കെട്ടുകൾ നിലനിൽക്കെ ഏതാണ്ട് സമഗ്രമെന്നു വിശേഷിപ്പിക്കാവുന്ന ഭൂപരിഷ്കരണം കേരളത്തിൽ നടന്നു. അതിന്റെ ഫലമായി ലക്ഷക്കണക്കിന് കുടുംബങ്ങൾക്ക് സ്വന്തമായി ഭൂമി ലഭിച്ചു. ജന്മിത്തം അവസാനിപ്പിക്കപ്പെട്ടു. എന്നാൽ ആ സ്ഥാനത്ത് മുതലാളിത്ത ഉൽപ്പാദനരീതി വേരുറച്ചില്ല. നിഷ്കരുണം തൊഴിലാളികളുടെ അധ്വാനശക്തി ചൂഷണം ചെയ്യാൻ തൊഴിൽ നിയമങ്ങൾ തടസ്സം നിന്നു. ഈ പശ്ചാത്തലത്തിലാണ് വൻകിടക്കാർ ഭൂമിയുടെയും വനങ്ങളുടെയും വെള്ളത്തിന്റെയും കച്ചവട സാധ്യതകളിലേക്ക് കണ്ണുതുറന്നത്.

പണ്ട് ഭൂമി മുഖ്യമായും കൃഷിക്കും കന്നുകാലി വളർത്തലിനുമാണ് ഉപയോഗിക്കപ്പെട്ടിരുന്നത്. രണ്ട് തൊഴിലുകളും ആദായകരമല്ലാതാവുകയും കെട്ടിടനിർമാണം ഭൂമിയുടെ പ്രധാന ഉപയോഗമായി മാറുകയും ചെയ്തതോടെ, ഭൂമി ഒരു ദുർലഭ സമ്പത്തായി. ഭൂമിയുടെ കമ്പോളവില ദിനംപ്രതിയെന്നോണം കുതിച്ചുയർന്നു. റിയൽ എസ്റ്റേറ്റ് വ്യാപാരം എളുപ്പവരുമാന മാർഗമായി മാറി. വനങ്ങളും കൃഷിപ്പാടങ്ങളും തണ്ണീർത്തടാകങ്ങളും കുറഞ്ഞ വിലയ്ക്ക് സർക്കാർ സഹായത്തോടെ കയ്യടക്കാനുള്ള സാധ്യത പ്രധാന അന്വേഷണവിഷങ്ങളായി. സർക്കാരിലുള്ള റിയൽ എസ്റ്റേറ്റ് വ്യവസായികളുടെ സ്വാധീനം കാര്യങ്ങൾ എളുപ്പമാക്കി. 'എമർജിങ് കേരള' എന്ന ആഗോള നിക്ഷേപകസംഗമത്തിന്റെ ഊന്നൽ ഭൂമി കച്ചവടമല്ലാതെ മറ്റൊന്നുമായിരുന്നില്ല. നേരത്തെ നടത്തപ്പെട്ട ഗ്ലോബൽ ഇൻവെസ്റ്റേഴ്സ് മീറ്റിൽ (ജിം), നിക്ഷേപം സംബന്ധിച്ച് ധാരണകളുണ്ടായിരുന്നു. 'എമർജിങ് കേരള'യിലാകട്ടെ അത്തരം ധാരണകൾ ഉണ്ടാക്കപ്പെട്ടില്ല. ഭൂമി കച്ചവടത്തിനു അനുകൂലമായ സമ്മതി നിർമിതിയായിരുന്നു എമർജിങ് കേരളയുടെ ലക്ഷ്യം. വമ്പിച്ച രീതിയിൽ നടത്തപ്പെട്ട പ്രചാരണം അത്തരം സമ്മതി നിർമിക്കുക എന്ന ലക്ഷ്യത്തോടെയായിരുന്നു. അനുകൂലമായ അന്തരീക്ഷ സൃഷ്ടി നടത്തപ്പെട്ടാൽ സർക്കാർ സംവിധാനമുപയോഗിച്ച് ഫലപ്രാപ്തിയുണ്ടാക്കാമെന്നു ഭൂമാഫിയ തീർച്ചയായും കണക്കുകൂട്ടി. കശുമാവു കൃഷി തോട്ടവിളയായി പരിഗണിക്കാനും തോട്ടഭൂമിയുടെ അഞ്ചുശതമാനം ടൂറിസത്തിനുവേണ്ടി ഭൂപരിധി നിയമത്തിൽ നിന്ന് ഒഴിവാക്കാനും ഭൂവിനിയോഗനിയമം ദുർബലപ്പെടുത്താനുമുള്ള തീരുമാനങ്ങൾ മേൽനിഗമനത്തെ ശരിവയ്ക്കുന്നു.

മാർക്സ് വിഭാവനം ചെയ്ത ആദിമ മൂലധന സഞ്ചയനം മുതലാളിത്ത ഉൽപ്പാദനരീതിക്കു മുന്നോടിയായി മാത്രമല്ല, മുതലാളിത്ത വികസനഘട്ടത്തിലാകെ നടക്കുന്നതാണ്. ഭരണകൂടത്തിന്റെ ഒളിഞ്ഞും തെളിഞ്ഞുമുള്ള പിന്തുണ ലഭിക്കുന്നു എന്നതാണ് പ്രത്യേകത. ആദിമ മൂലധനസഞ്ചയനത്തിന്റെ പ്രത്യാഘാതങ്ങൾ ഭരണകൂടത്തെ തെല്ലും അലോസരപ്പെടുത്തുന്നില്ല. സാധാരണക്കാരന്റെ ഉപജീവനമാർഗം നിഷേധിക്കുന്നതും പരിസ്ഥിതിക്കു വിനാശം വരുത്തുന്നതും പൊതുസ്ഥലങ്ങൾ അന്യാധീനപ്പെടുത്തുന്നതും ഭരണകൂടം വികസനത്തിന്റെ കള്ളിയിൽ വരവ് വയ്ക്കുകയാണ്.

3

ആഗോളവൽക്കരണത്തിന്റെ രണ്ടു പതിറ്റാണ്ട്

ആഗോളമൂലധനവും ചരക്കുകളും ലോകമെങ്ങും സ്വതന്ത്രമായി വ്യാപരിക്കും വിധം സാമ്പത്തിക നിയന്ത്രണങ്ങളും ചട്ടങ്ങളും ഉദാരമാക്കുന്ന പ്രക്രിയയാണ് ആഗോളവൽക്കരണം. കൃത്യമായ രൂപത്തിൽ അതൊരു സാമ്രാജ്യത്വ അജണ്ടയാണ്. മൂലധനം നിക്ഷേപിക്കാതെയും ചരക്കുകൾ വിറ്റഴിക്കാതെയും സാമ്രാജ്യത്വത്തിനു നിലനിൽക്കാനാവില്ല. അതുകൊണ്ട് സാമ്രാജ്യത്വം വിപണിക്കുവേണ്ടിയുള്ള നിരന്തരമായ അന്വേഷണം തുടരുന്നു.

ആഗോളവൽക്കരണത്തിന്റെ ശക്തമായ ഉപകരണമാണ് നവഉദാരവൽക്കരണം അല്ലെങ്കിൽ നിയോലിബറൽ സാമ്പത്തിക നയം. ലിബറലിസം എന്ന വാക്കിന് രാഷ്ട്രീയത്തിൽ പ്രയോഗിക്കുന്നതിൽനിന്നും വ്യത്യസ്തമായ അർഥമാണ് സാമ്പത്തിക ശാസ്ത്രത്തിലുള്ളത്. രാഷ്ട്രീയത്തിൽ ലിബറലിസം എന്നാൽ ഉൽപ്പതിഷ്ണുത്വം അല്ലെങ്കിൽ തുറന്ന ചിന്ത, പുരോഗമനവീക്ഷണം എന്നെല്ലാമാണ് അർഥം. നേരെമറിച്ച്, സർക്കാരിന്റെ നിയന്ത്രണങ്ങളും ഇടപെടലുകളും ഒഴിവാക്കുകയോ ലഘൂകരിക്കുകയോ ആണ് നവലിബറലിസം അല്ലെങ്കിൽ നവഉദാരവൽക്കരണം എന്നതുകൊണ്ട് സാമ്പത്തികരംഗത്ത് അർഥമാക്കുന്നത്. സർക്കാരിന്റെ നിയന്ത്രണങ്ങളും ഇടപെടലുകളും ഉപേക്ഷിക്കപ്പെടുന്നത് ആഗോളവൽക്കരണം എളുപ്പമാക്കുന്നു.

മുതലാളിത്ത വ്യവസ്ഥ, തത്വത്തിൽ, തുറന്നകമ്പോള വ്യവസ്ഥയാണ്. സർക്കാർ നിയന്ത്രണങ്ങൾ ചുരുങ്ങും. യഥേഷ്ടം നിക്ഷേപം നടത്താനും ലാഭം നേടാനും സ്വാതന്ത്ര്യമുണ്ട്. കമ്പോളശക്തികൾക്കനുസരിച്ച്, അതായത് ലഭ്യതയും ആവശ്യവും (Supply and Demand) അനുസരിച്ച്, ഉൽപ്പാദനവും വിതരണവും തീരുമാനിക്കപ്പെടുന്നു. യഥാർഥ

ത്തിൽ മുതലാളിത്തം സ്വതന്ത്രകമ്പോളവ്യവസ്ഥയല്ല. ലാഭം ലക്ഷ്യമാക്കി പ്രവർത്തിക്കുന്ന കുത്തകവ്യവസായികളും വ്യാപാരികളും കുത്തക ധന കാര്യസ്ഥാപനങ്ങളുമാണ് വിപണി നിയന്ത്രിക്കുന്നത്.

വികസിത മുതലാളിത്തത്തിന്റെ ചരിത്രത്തിൽ രണ്ടു പ്രധാന സംഭവങ്ങൾ സർക്കാരിന്റെ ഇടപെടൽ അനിവാര്യമാക്കി. 1930 കളിലെ സാമ്പത്തികമാന്ദ്യമായിരുന്നു (Great Depression) ആദ്യത്തേത്. മാന്ദ്യത്തിലകപ്പെട്ട ലോകമുതലാളിത്തത്തിന് രക്ഷാമാർഗം തുറന്നത് ജെ എം കെയിൻസിന്റെ നിർദേശങ്ങളായിരുന്നു. ഡിമാന്റ് ചുരുക്കമാണ് മാന്ദ്യത്തിനുകാരണമെന്നും സർക്കാർ ചെലവ് വർധിപ്പിച്ച് സാധനങ്ങൾക്കുള്ള ആവശ്യം (Demand) വളർത്തണമെന്നും ഉപദേശിക്കപ്പെട്ടു. മുതലാളിത്തരാജ്യങ്ങൾ, ആ വഴി സ്വീകരിച്ചു. സമ്പദ്‌വ്യവസ്ഥയിൽ സർക്കാരിന്റെ ഇടപെടൽ സാധൂകരിക്കപ്പെട്ടു. രണ്ടാമത്തേത്, വികസ്വരരാജ്യങ്ങളുടെ വികസന പ്രവർത്തനങ്ങൾക്ക് സർക്കാരുകൾ തന്നെ ദിശാബോധവും കർമശേഷിയും നൽകിയതാണ്. അതോടെ കമ്പോളവ്യവസ്ഥയുടെ പ്രവർത്തനം പൊതു സാമൂഹിക ലക്ഷ്യങ്ങൾക്കനുരോധമായി നിയന്ത്രിക്കപ്പെടുകയോ നയിക്കപ്പെടുകയോ ചെയ്യുന്ന സ്ഥിതി വന്നു.

അപ്രകാരം ഉയർന്നു വന്ന സർക്കാർ നിയന്ത്രണങ്ങളും ചട്ടങ്ങളും ഉപേക്ഷിക്കുകയോ ലഘൂകരിക്കുകയോ ചെയ്യുന്ന നടപടികൾക്കാണ് നവ ഉദാരവൽക്കരണം എന്നു പറയുന്നത്.

നവഉദാരവൽക്കരണം സാമ്പത്തിക നയത്തിന്റെ അടിത്തറയായി ഇന്ത്യ സ്വീകരിക്കുന്നത് 1991 ലാണ്. എങ്കിലും അതിനു മുൻപുതന്നെ ആ വഴിക്കുള്ള ചുവടുവയ്പ്പുകൾ ആരംഭിച്ചിരുന്നു. 1984 ൽ പ്രധാനമന്ത്രി രാജീവ്ഗാന്ധി രാഷ്ട്രത്തോടു ചെയ്ത പ്രക്ഷേപണി പ്രസംഗത്തിൽ ഇങ്ങനെ പറഞ്ഞു: "പൊതുമേഖല ആവശ്യത്തിലേറെ വളർന്നിരിക്കുന്നു. മേലിൽ, സ്വകാര്യമേഖല ഏറ്റെടുക്കാത്ത ചുമതലകൾമാത്രം പൊതുമേഖല ഏറ്റെടുത്താൽ മതിയാകും. സ്വകാര്യമൂലധനത്തിനു വളരാനുള്ള എല്ലാ സ്വാതന്ത്ര്യങ്ങളും നൽകണം." ഭാവിയിൽ ഗവൺമെന്റിന്റെ ചുമതല എന്താകണമെന്നു കൃത്യമായി നിർവചിക്കപ്പെടുകയായിരുന്നു. സ്വകാര്യ മൂലധനത്തിനു വളരാനാവശ്യമായ പശ്ചാത്തലസൗകര്യവികസനമായിരിക്കണം ഗവൺമെന്റ് നിർവഹിക്കേണ്ടത്. വാസ്തവത്തിൽ തുടർന്നുള്ള വർഷങ്ങളിൽ ഗവൺമെന്റ് കൈക്കൊണ്ട ഓരോ നടപടിയും, അംഗീകരിച്ച ഓരോ നിയമവും, പാസ്സാക്കിയ ബജറ്റുകളും സ്വകാര്യവൽക്കരണത്തെ ശക്തിപ്പെടുത്തുന്നവയായി.

1991 ൽ ശ്രദ്ധേയങ്ങളായ രണ്ടു സംഭവങ്ങൾക്ക് രാജ്യം സാക്ഷ്യം വഹിച്ചു. ഒന്ന് ആഭ്യന്തരം. മറ്റേത് വൈദേശികം. സോവിയറ്റ് യൂണിയന്റെ തകർച്ചയായിരുന്നു വൈദേശികസംഭവം. രാജ്യം എത്തിപ്പെട്ട കടുത്ത വ്യാപാര പ്രതിസന്ധിയായിരുന്നു ആഭ്യന്തരരംഗത്തേത്.

1991 ആയപ്പോഴേക്കും രൂക്ഷമായ അടവുശിഷ്ടപ്രതിസന്ധി (Balance of Payment crisis)യിൽ രാജ്യം എത്തിപ്പെട്ടിരുന്നു. രാജ്യത്തെ എത്തിച്ചു

എന്നതാവും ശരിയായ പ്രയോഗം. ഗവൺമെന്റ് സ്വീകരിച്ച പുതിയ വ്യവസായ-വ്യാപാരനയമായിരുന്നു അതിനു പിന്നിൽ. ഇന്ത്യൻ പഞ്ചവത്സര പദ്ധതികളുടെ അടിസ്ഥാനശിലകളിലൊന്നായിരുന്നുവല്ലോ സ്വയം പര്യാപ്തത ലക്ഷ്യമാക്കി ആവിഷ്കരിച്ച, ഇറക്കുമതി ബദൽനയം. ഇറക്കുമതി ചരക്കുകൾക്കു ബദൽ ഉൽപ്പന്നങ്ങൾ ഇന്ത്യയിൽത്തന്നെ നിർമിക്കുക; അങ്ങനെ ഇറക്കുമതിയിന്മേലുള്ള ആശ്രിതത്വം കുറയ്ക്കുക എന്നതായിരുന്നു ഇറക്കുമതി ബദൽ നയത്തിന്റെ പൊരുൾ.

എന്നാൽ പ്രധാനമന്ത്രി രാജീവ് ഗാന്ധിയുടെ നേതൃത്വത്തിലുള്ള ഗവൺമെന്റ് പ്രസ്തുത നയം പാടെ ഉപേക്ഷിച്ചു. പുതിയ വ്യവസായ നയം ആവിഷ്കരിച്ചു. പുതുതായി ആവിഷ്കരിച്ച വ്യവസായനയത്തിന്റെ അടിത്തറ കൃത്യമായി പറഞ്ഞാൽ, രാജ്യത്ത് നിലവിലുള്ള സാമ്പത്തികാസമത്വമാണ്. ദരിദ്രരും ധനികരും തമ്മിൽ വേർപിരിവുള്ള ഇന്ത്യൻ സമൂഹത്തിൽ വാങ്ങൽ ശേഷിയുള്ളത് ധനികർക്കാണ്. അതുകൊണ്ട് ധനികർക്കാവശ്യമുള്ള ഉൽപ്പന്നങ്ങൾ, ഉദാഹരണമായി, ആഡംബരകാറുകൾ, ടി വികൾ, ഫ്രിഡ്ജുകൾ, ഇലക്ട്രോണിക് ഉപകരണങ്ങൾ തുടങ്ങിയവ ധാരാളമായി ഉൽപ്പാദിപ്പിച്ച് നിർമാണ വ്യവസായം വികസിപ്പിക്കണമെന്നും അങ്ങനെ ദേശീയ വരുമാനം വർധിപ്പിക്കാമെന്നും സർക്കാർ കണക്കുകൂട്ടി. മിച്ചം സാധനങ്ങൾ കയറ്റുമതി നടത്താമെന്നുംകണക്കുകൂട്ടി.

തുടർന്ന് ഉപഭോക്തൃവസ്തുക്കൾ ഉണ്ടാക്കാനാവശ്യമായ യന്ത്രങ്ങൾ, അസംസ്കൃത പദാർഥങ്ങൾ, സ്പെയർപാർട്ടുകൾ തുടങ്ങിയവ ഇറക്കുമതി ചെയ്യാനാരംഭിച്ചു. അവ ഉപയോഗിച്ച് സാധനങ്ങൾ നിർമിക്കാനും. ഉൽപ്പാദനവർധനക്കനുസരിച്ച്, ഇറക്കുമതി കൂടി. ഇറക്കുമതി വർധിച്ചതോടെ കയറ്റുമതിയിൽ നിന്നു ലഭിച്ചിരുന്ന വിദേശവിനിമയം തികയാതെ വന്നു. വിദേശ വായ്പകൾ ധാരാളമായി വാങ്ങാനാരംഭിച്ചു. വിദേശ ഗവൺമെന്റുകളിൽ നിന്നും സ്ഥാപനങ്ങളിൽ നിന്നും കുറഞ്ഞ പലിശയ്ക്കു ദീർഘകാലവായ്പകൾ വാങ്ങുന്ന രീതിയല്ല സ്വീകരിക്കപ്പെട്ടത്. മറിച്ച്, വിദേശമൂലധനവിപണികളിൽ നിന്ന് ഉയർന്ന പലിശയ്ക്ക് ഹ്രസ്വകാലവായ്പകൾ കണക്കറ്റു സ്വീകരിക്കുകയാണ് ചെയ്തത്. ഇറക്കുമതിയും വായ്പയും ചേർന്ന് വലിയൊരു തുക ഓരോ വർഷവും തിരിച്ചു നൽകേണ്ട സ്ഥിതി വന്നു ചേർന്നു. ഒടുവിൽ തിരിച്ചടവിനു വേണ്ടി വായ്പ വാങ്ങേണ്ട സ്ഥിതിയും (കടക്കെണി) വന്നുചേർന്നു. ഭീമമായ അടവുശിഷ്ട കമ്മിയായിരുന്നു അതിന്റെയെല്ലാം പ്രത്യാഘാതം. ആറാം പദ്ധതി കാലയളവിൽ (1980–85) 1384 കോടി രൂപയുടെ അടവുശിഷ്ടകമ്മിയുണ്ടായിരുന്ന സ്ഥാനത്ത് ഏഴാം പദ്ധതിയിൽ (1985–90) അത് 41047 കോടി രൂപയായി വർധിച്ചു. 1980–81 ൽ ഇന്ത്യയുടെ വിദേശവായ്പ 19470 കോടി രൂപയായിരുന്നു. 1990–91 ൽ അത് 1,30,279 കോടിയായും 1991–92 ൽ 2,80,746 കോടിരൂപയായും ഉയർന്നു.

അങ്ങനെ രൂക്ഷമായ കടപ്രതിസന്ധി നേരിട്ട സന്ദർഭത്തിലാണ് സഹായഹസ്തവുമായി സാമ്രാജ്യത്വസ്ഥാപനങ്ങളായ ഐ എം എഫും ലോകബാങ്കും എത്തുന്നത്. പ്രസ്തുത സ്ഥാപനങ്ങൾ വായ്പ നൽകിയാൽ മറ്റു സ്ഥാപനങ്ങളും രാജ്യങ്ങളും തുടർന്നും വായ്പ നൽകുമെന്നു

സർക്കാർ കണക്കുകൂട്ടി. കർശന വ്യവസ്ഥകളോടെയാണ് ഐ എം എഫ് വായ്പ നൽകിയത്. 700 കോടി ഡോളർ വായ്പക്കുള്ള കരാർ ഐ എം എഫുമായി ഒപ്പിട്ടു. 1991 ജൂൺ 21 നാണ് നരസിംഹറാവുവിന്റെ നേതൃത്വത്തിലുള്ള ഗവൺമെന്റ് സ്ഥാനമേൽക്കുന്നത്. ഐ എം എഫിലെ മുൻ ഉദ്യോഗസ്ഥനായ ഡോ. മൻമോഹൻ സിങ്ങിന്റെ രാഷ്ട്രീയ പ്രവേശം വ്യവസ്ഥകൾ അടിച്ചേൽപ്പിക്കൽ സുഗമമാക്കി. അദ്ദേഹമായിരുന്നു നരസിംഹറാവു ഗവൺമെന്റിൽ ധനകാര്യമന്ത്രി. പി ചിദംബരമായിരുന്നു വാണിജ്യവകുപ്പു മന്ത്രി.

കർക്കശവ്യവസ്ഥകളോടെയാണ് ഐ എം എഫ് വായ്പ നൽകിയത്. ആഗോളമൂലധനനിക്ഷേപത്തിനും സാമ്രാജ്യത്വ ചരക്കുകൾക്കുമുള്ള വിപണിയായി ഇന്ത്യയെ മാറ്റുക എന്നതായിരുന്നു മുഖ്യ നിബന്ധന.

1. ചരക്ക്-മൂലധന ഇറക്കുമതി നിയന്ത്രണങ്ങൾ ഉദാരവൽക്കരിക്കുക.
2. പശ്ചാത്തല സൗകര്യമൊരുക്കുന്ന ചുമതല മാത്രം സർക്കാർ ഏറ്റെടുക്കുക.
3. പൊതുമേഖലാ സ്ഥാപനങ്ങൾ സ്വകാര്യവൽക്കരിക്കുക.
4. സബ്സിഡികൾ ഒഴിവാക്കുക. സാമൂഹ്യ സുരക്ഷാപദ്ധതികൾ ദുർബലപ്പെടുത്തുക.
5. കമ്പോള വ്യവസ്ഥയിലേക്കുള്ള മാറ്റം ശക്തിപ്പെടുത്തുക.
6. റവന്യൂ-ധനകമ്മി കുറയ്ക്കുക.

എന്നിവയായിരുന്നു മുഖ്യ നിബന്ധനകൾ

നിബന്ധനകൾക്കനുസരിച്ച് പ്രവർത്തിക്കുമെന്നു ഉറപ്പുനൽകി 1991 ആഗസ്റ്റ് 27 ന് ധനകാര്യമന്ത്രി ഐ എം എഫിന് എഴുതിത്തയ്യാറാക്കിയ മെമ്മോറാണ്ടം ഒപ്പിട്ടു നൽകി. "ഉൽപ്പാദനം മത്സരാധിഷ്ഠിതമാക്കുകയും, വിദേശ മൂലധന നിക്ഷേപവും സാങ്കേതികവിദ്യകളും സ്വാഗതം ചെയ്യുകയും, ധനമേഖല പരിഷ്കരിക്കുകയും ചെയ്യുമെന്ന്" മെമ്മോറാണ്ഡം ഉറപ്പുനൽകി. ഉൽപ്പാദനം മത്സരാധിഷ്ഠിതമാക്കുമെന്നു പറഞ്ഞാൽ അതിന്റെ അർഥം സബ്സിഡികളും സർക്കാർ നിബന്ധനകളും പൊതുവിതരണ സംവിധാനവും ഒഴിവാക്കി സ്വതന്ത്ര കമ്പോള വ്യവസ്ഥ സ്ഥാപിക്കുമെന്നാണ്.

പ്രസ്തുത മെമ്മോറാണ്ടം സമർപ്പിക്കപ്പെടുന്നതിനു മുന്നോടിയായി പ്രതിബദ്ധത തെളിയിച്ചുകൊണ്ട് പുതിയ വ്യവസായ നയം പ്രഖ്യാപിച്ചു. നാലുകാര്യങ്ങളാണ് അതിൽ പ്രതിപാദിച്ചത്.

1. സർക്കാർ ഇടപെടലുകളിൽ നിന്നും സമ്പദ് വ്യവസ്ഥയെ മോചിപ്പിക്കും.
2. ഇന്ത്യയെ ആഗോളസമ്പദ്ക്രമത്തിന്റെ ഭാഗമാക്കും.
3. വിദേശ മൂലധന നിക്ഷേപം നിയന്ത്രണ വിമുക്തമാക്കും. കുത്തക നിയന്ത്രണനിയമം മാറ്റിയെഴുതും.
4. പൊതുമേഖലാ സ്ഥാപനങ്ങൾ സ്വകാര്യവൽക്കരിക്കും.

മിശ്ര സമ്പദ് വ്യവസ്ഥയും സോഷ്യലിസ്റ്റ് ലക്ഷ്യവും ഉപേക്ഷിക്കുമെന്നും ലോകസമ്പദ്ക്രമത്തിൽ മേധാവിത്വം പുലർത്തുന്ന സാമ്രാജ്യത്വരാജ്യങ്ങൾക്കു കീഴടങ്ങുമെന്നും, സ്വകാര്യവൽക്കരണം ശക്തമാക്കു

മെന്നുമാണ് വ്യവസ്ഥകളുടെ അന്തഃസത്ത.

ഐ എം എഫ് വ്യവസ്ഥകളെയും അതനുസരിച്ചു ചിട്ടപ്പെടുത്തിയ പുതിയ വ്യവസായ സാമ്പത്തിക നയങ്ങളെയും ഹർഷാരവങ്ങളോടെയാണ് രാജ്യത്തെ വൻകിടവ്യവസായികൾ സ്വാഗതം ചെയ്തത്. വിദേശമൂലധനവുമായി പങ്കുചേർന്ന് തങ്ങളുടെ വിൽപ്പനയും ലാഭവും വളർത്താമെന്നും പുതിയ കൂട്ടുസംരംഭങ്ങൾ ആരംഭിക്കാമെന്നും വിദേശ വിപണികൾ തങ്ങൾക്കുമുന്നിൽ തുറന്നിടപ്പെടുന്നതോടെ വമ്പൻ കയറ്റുമതി ലാഭം കൈവരുത്താമെന്നും അവർ കണക്കുകൂട്ടി. പൊതുമേഖലാ വ്യവസായങ്ങളുടെ പിന്തുണയിൽ വളർന്നു കൊഴുത്ത വൻകിടവ്യവസായികൾ, 1980 കളുടെ അവസാനമായപ്പോഴേക്കും പൊതുമേഖലാസ്ഥാപനങ്ങളെത്തന്നെ ഏറ്റെടുക്കാവുന്ന സ്ഥിതിയിലേക്കു വളർന്നിരുന്നു. പൊതുമേഖലാ സ്ഥാപനങ്ങളുടെ സ്വകാര്യവൽക്കരണം അവർക്ക് സ്വപ്ന പദ്ധതിയായി മാറി.

രണ്ടാം ലോകമഹായുദ്ധം വരെ സാമ്രാജ്യത്വരാജ്യങ്ങൾക്ക് ഇന്ത്യയുൾപ്പെടെ ധാരാളം കോളനികളുണ്ടായിരുന്നു. ഉൽപ്പന്നങ്ങൾ വിറ്റഴിക്കാനും അസംസ്കൃതവസ്തുക്കൾ സമാഹരിക്കാനും കോളനികളെ പ്രയോജനപ്പെടുത്തി. 1917 ലെ സോവിയറ്റ് വിപ്ലവവും സാമ്പത്തികാസൂത്രണത്തിലൂടെ സോവിയറ്റ് യൂണിയൻ കൈവരിച്ച വൻ സാമ്പത്തിക വികസനവും കോളനി രാജ്യങ്ങളിലെ ജനങ്ങളിൽ പുതിയ പ്രതീക്ഷകളുണർത്തി. 1930 കളിലെ സാമ്പത്തിക തകർച്ചയും ഫാസിസ്റ്റ് ശക്തികളുടെ കടന്നാക്രമണങ്ങളും സാമ്രാജ്യത്വത്തിനെതിരായ വികാരം ശക്തമാക്കി. ജനാധിപത്യ പ്രസ്ഥാനങ്ങൾ അനുദിനം കരുത്താർജിക്കാൻ തുടങ്ങി. അവ കോളനിരാജ്യങ്ങളിലെ സ്വാതന്ത്ര്യ സമരപ്രസ്ഥാനങ്ങളെ പുതിയ ഉയരങ്ങളിലെത്തിച്ചു. നിരവധി രാജ്യങ്ങൾ സ്വാതന്ത്ര്യം പിടിച്ചു വാങ്ങി.

കോടിക്കണക്കിന് ജനങ്ങളുടെ ദാരിദ്ര്യവും തൊഴിലില്ലായ്മയും ഭക്ഷ്യക്ഷാമവും വ്യവസായിക പിന്നോക്കവസ്ഥയുമാണ് പുതിയ സർക്കാരുകൾ പരിഹാരം കാണേണ്ടിയിരുന്നത്. വികസനം ത്വരിതപ്പെടുത്തുന്നതിന് സർക്കാരുകൾ തന്നെ മുന്നിട്ടിറങ്ങി. സ്വന്തമായ വികസനശൈലികൾ അവ ആവിഷ്കരിച്ചു. ഉൽപ്പാദന-വിതരണമേഖലകളിൽ സർക്കാർ ഇടപെടലുകൾ ശക്തമാക്കി. സാമ്പത്തികാസൂത്രണം സ്വീകരിച്ചു. പൊതുമേഖല ശക്തിപ്പെടുത്തി. ചരക്ക് - മൂലധന ഇറക്കുമതിയിന്മേൽ നിയന്ത്രണങ്ങളേർപ്പെടുത്തി. സാമൂഹ്യസുരക്ഷാ നടപടികൾ ആവിഷ്കരിച്ചു. പല രാജ്യങ്ങളും മിശ്ര സമ്പദ്‌വ്യവസ്ഥ പിന്തുടർന്നു. പേരിലെങ്കിലും സോഷ്യലിസവും സ്വീകരിച്ചു.

ലോകത്തെവിടെയും ചരക്കുകൾ വിൽക്കുകയും മൂലധന നിക്ഷേപം നടത്തുകയും ചെയ്യുന്ന സാമ്രാജ്യത്വത്തിന് മേൽ നടപടികൾ തടസങ്ങളായി. പ്രസ്തുത തടസങ്ങളെയാണ് ആഗോളവൽക്കരണവ്യവസ്ഥകളുപയോഗിച്ച്, സമാധാനപരമായും സാവകാശത്തിലും പൊളിച്ചുമാറ്റിയത്. 1991 ലെ സോവിയറ്റ് യൂണിയന്റെ തകർച്ച ആ പ്രക്രിയ സുഗമമാക്കി. സോവിയറ്റ് യൂണിയൻ തകർന്നതോടെ മൂന്നാംലോകരാജ്യങ്ങൾക്ക്

ആശ്രയിക്കാവുന്ന മിത്രം നഷ്ടമായി. സാമ്രാജ്യത്വത്തിന് ശക്തമായ പ്രതിയോഗിയെയും.

വിവരസാങ്കേതിക വിദ്യയുടെ വിസ്മയകരമായ വികാസം മുതലാളിത്ത സംസ്കാരത്തിന്റെവ്യാപനത്തിന് കളമൊരുക്കി. പാശ്ചാത്യ ചരക്കുകളോടും സംസ്കാരത്തോടും പ്രത്യയശാസ്ത്രത്തോടും ജീവിതശൈലിയോടും ആഭിമുഖ്യമുള്ളവരാക്കി ജനങ്ങളെ മാറ്റുന്ന പ്രക്രിയ കൂടുതൽ സുഗമമായി. വിദേശമൂലധനവും ചരക്കുകളും സ്വീകരിക്കാനുള്ള പൊതുസമ്മതിനിർമിതി ഏറ്റവും എളുപ്പമായി.

നിബന്ധനകൾക്കു കീഴടങ്ങി ഐ എം എഫുമായി ഉണ്ടാക്കിയ കരാറിനെതിരെ ശക്തമായ പ്രതിഷേധമാണ് രാജ്യത്തുടനീളം ഉണ്ടായത്. പ്രതിഷേധസമരങ്ങൾ ഇപ്പോഴും തുടരുന്നു. രാജ്യത്തിന്റെ പരമാധികാരവും സ്വാതന്ത്ര്യവും അപകടപ്പെടുമെന്നും ആശ്രിതരാജ്യമായി ഇന്ത്യ മാറുമെന്നുമായിരുന്നു മുഖ്യവിമർശനം. മറിച്ച് ആഗോളവൽക്കരണത്തിന്റെ പ്രതീക്ഷിതഗുണങ്ങൾ നിരത്തി ആഗോളവൽക്കരണത്തിന്റെ വക്താക്കൾ കരാറിനെ ന്യായീകരിച്ചു. ഇപ്പോഴും ന്യായീകരിക്കുന്നു. ഉൽപ്പാദനവും തൊഴിലും വ്യാപാരവും വർധിക്കുമെന്നും ദാരിദ്ര്യം കുറയുമെന്നും പുത്തൻ സാങ്കേതികവിദ്യകൾ ഇന്ത്യക്കു സ്വന്തമാവുമെന്നും വാദിക്കപ്പെട്ടു. വിദേശമൂലധന ലഭ്യതക്കനുപാതികമായി രാജ്യം സുസ്ഥിര സാമ്പത്തിക വളർച്ചയുടെ പാതയിൽ പ്രവേശിക്കുമെന്നും പ്രചാരണമുണ്ടായി. വിദേശ മൂലധനനിക്ഷേപത്തിനു വേണ്ടിയുള്ള ന്യായീകരണങ്ങളും നടപടികളും തുടരുകയാണ്.

ആഗോളവൽക്കരണം രണ്ടുപതിറ്റാണ്ട് പിന്നിട്ടു. അനുഭവങ്ങളുടെ അടിസ്ഥാനത്തിൽ ആഗോളവൽക്കരണം വിലയിരുത്തപ്പെടേണ്ടതുണ്ട്.

ഇന്ത്യ അഭിമുഖീകരിക്കുന്ന സാമ്പത്തിക പ്രശ്നങ്ങൾക്കുള്ള പരിഹാരം വിദേശ മൂലധനം സ്വീകരിക്കുകയാണെന്ന വാദം ശക്തമായി ഉയർത്തപ്പെടുന്നുണ്ട്. ഭരണകർത്താക്കളും സാമ്പത്തിക ഉപദേഷ്ടാക്കളും ഒരുപോലെ ഈ വാദത്തിനു പിന്നിൽ അണിനിരക്കുന്നു. മാത്രവുമല്ല വിദേശ മൂലധനത്തിന്റെ സുഗമമായ പ്രവേശനത്തിനുള്ള നിയമപരവും ഭരണപരവുമായ നടപടികൾ തുടർച്ചയായി കൈക്കൊണ്ടുവരുന്നു.

ആഗോളവൽക്കരണത്തെ തുടർന്ന് വിദേശ മൂലധനം ധാരാളമായി രാജ്യത്തേക്ക് ഒഴുകിയെത്തുമെന്നും അത് ഉൽപ്പാദനവും തൊഴിലും വർധിപ്പിക്കുമെന്നുമായിരുന്നു പ്രചാരണം. 1990 നുശേഷം വിദേശ മൂലധനം ധാരാളമായി ഇന്ത്യയിലേക്ക് ഒഴുകിയെത്തി. ഇപ്പോഴും ഒഴുകിയെത്തുന്നു. ഉൽപ്പാദനമേഖലയിലേക്കല്ലെന്നു മാത്രം. വിദേശമൂലധനം കാരണം ഉൽപ്പാദനം വർധിച്ചില്ല. തൊഴിലവസരങ്ങളും വർധിച്ചില്ല. പ്രത്യക്ഷ വിദേശമൂലധനനിക്ഷേപമല്ല ഉണ്ടായത്. മറിച്ച് ധനമൂലധനനിക്ഷേപമാണ്. നിക്ഷേപിക്കപ്പെട്ടത് ഓഹരികമ്പോളത്തിലാണ്. സ്വകാര്യ-പൊതുമേഖലാ ഓഹരികളിലും കോർപ്പറേറ്റ് കടപ്പത്രങ്ങളിലും സർക്കാർ ബോണ്ടുകളിലും ഡെറിവേറ്റിവുകളിലുമാണ്. അവയുടെ വിലയിലുണ്ടാകുന്ന ഏറ്റക്കുറച്ചിലുകളിൽ നിന്നു മുതലെടുക്കുകയാണ്

ലക്ഷ്യം. ഉൽപ്പാദനത്തിൽ നിക്ഷേപം നടത്തി ലാഭത്തിനു കാത്തിരിക്കുന്നതിനേക്കാൾ ദ്രുതഗതിയിൽ വൻലാഭം (Capital gain) കൊയ്യുവാൻ ഓഹരി ഇടപാടിലൂടെ സാധിക്കുമെന്ന സാധ്യതയാണ് ഓഹരിനിക്ഷേപത്തിനു പിന്നിലെ പ്രേരണ. അതൊരു ചൂതാട്ടമാണ്. ഊഹക്കച്ചവടമാണ്. ഒരു ഉദാഹരണമെടുത്താൽ, 2012 ഡിസംബർ 27ന് ഐ സി ഐ സി ഐ ബാങ്കിന്റെ ഓഹരി വില 1137.45 രൂപയായിരുന്നു. 2013 ജനുവരി 4ന് വില 1182.20 രൂപയായി വർധിച്ചു. ഓഹരികളുടെ വിൽപ്പനയും വാങ്ങലും ലക്ഷക്കണക്കിനാണ്. ഒറ്റയായിട്ടല്ല. ഒരുലക്ഷം ഓഹരികൈവശമുണ്ടായിരുന്ന സ്ഥാപനം ഓഹരി വിൽപ്പനയിൽ നിന്ന് ഒരാഴ്ച കൊണ്ട് നേടുന്നത് 44.75 ലക്ഷം രൂപയാണ്. ഒരു കോടി ഓഹരികൾ വിൽക്കുന്ന സ്ഥാപനം അതനുസരിച്ച് ലാഭവർധനയുണ്ടാക്കും. ദിനം പ്രതി ഓഹരി വ്യാപാരം നടക്കുന്നുണ്ട്. മിനിട്ടുകൾ തോറും വ്യാപാരം നടക്കുന്നുണ്ട്. ഓരോ മിനിട്ടിലും ഓഹരി വിലകൾ മാറി മറിഞ്ഞു കൊണ്ടിരിക്കും; ലാഭനഷ്ടങ്ങളും.

സാമ്രാജ്യത്വരാജ്യങ്ങളിലെ ധനമൂലധന ശക്തികളുടെ വിഹാരഭൂമിയാണ് ഓഹരി വിപണി. കുത്തകവ്യവസായകോർപ്പറേഷനുകൾക്കും കുത്തക ധനകാര്യ സ്ഥാപനങ്ങൾക്കും വേണ്ടി ഓഹരി ഇടപാടുകൾ നടത്തുന്നത് വിദേശനിക്ഷേപകസ്ഥാപനങ്ങളാണ്. (Foreign Institutional Investors F11) വിദേശ ഓഹരിനിക്ഷേപത്തെ അതുകൊണ്ട് എഫ് ഐ ഐ നിക്ഷേപമെന്നും വിളിക്കാം. പോർട്ട്ഫോളിയോ നിക്ഷേപം എന്നു മറ്റൊരുപേരുമുണ്ട്. താഴെ കൊടുക്കുന്ന പട്ടിക പ്രത്യക്ഷവിദേശ മൂലധന നിക്ഷേപത്തിന്റെയും (Foreign Direct Investment FDI) പോർട്ട് ഫോളിയോ (Portfolio) നിക്ഷേപത്തിന്റെയും വിവരങ്ങൾ ഉൾക്കൊള്ളുന്നു

വിദേശ മൂലധനനിക്ഷേപം
(കോടി ഡോളർ)

വർഷം	പ്രത്യക്ഷ നിക്ഷേപം (Net)	പോർട്ട് ഫോളിയോ നിക്ഷേപം (Net)
1991–92	12.9	.4
1992–93	31.5	24.4
2000–01	327.0	259.0
2006–07	769.3	694.7
2007–08	1589.1	2743.6
2008–09	2234.3	−1403.2
2009–10	1796.5	3239.6
2010–11	1130.5	3029.2
2011–12	2200.6	1717.1

(അവലംബം RBI-Handbook of statistics on Indian Economy 2012)

ഇന്ത്യ വിദേശങ്ങളിൽ മൂലധന നിക്ഷേപം നടത്തുന്നുണ്ട്. പ്രത്യക്ഷമൂലധനനിക്ഷേപവും ഓഹരി നിക്ഷേപവും. ഇന്ത്യയിൽ നടത്തപ്പെടുന്ന നിക്ഷേപത്തിൽ നിന്ന് ഇന്ത്യ നടത്തുന്ന നിക്ഷേപം കുറച്ച സംഖ്യയാണ് നെറ്റ് (Net) എന്ന വാക്കുകൊണ്ട് ഉദ്ദേശിക്കുന്നത്. മൊത്തം സംഖ്യ (Gross) അതിനെക്കാൾ കൂടുതലായിരിക്കും എന്നർഥം. 1991 –92 ൽ നാമമാത്രമായിരുന്നു പോർട്ട്ഫോളിയോ നിക്ഷേപം. കേവലം 40 ലക്ഷം ഡോളർ. പ്രത്യക്ഷ മൂലധനനിക്ഷേപം അക്കൊല്ലം 12.9 കോടി ഡോളറായിരുന്നു. പ്രത്യക്ഷമൂലധനനിക്ഷേപമായിരുന്നു കൂടുതൽ. മൂലധനവിപണി തുറക്കപ്പെട്ടതോടെ പോർട്ട്ഫോളിയോ നിക്ഷേപം വർധിച്ചു. 1992 –93 ൽ 24.4 കോടി ഡോളറായും അതിനും അടുത്ത വർഷം 694.7 കോടി ഡോളറായും തുടർന്ന് 2743.6 കോടി ഡോളറായും വർധിച്ചു. അതു വർധിച്ചു കൊണ്ടേയിരിക്കുന്നു. ഏറ്റവും ഒടുവിൽ ലഭ്യമായ കണക്കനുസരിച്ച് 2012 ൽ എത്തിച്ചേർന്നത് 24 ശതകോടി ഡോളർ നിക്ഷേപമാണ്.

2012 ൽ പ്രതിമാസം നടത്തപ്പെട്ട വിദേശ ഓഹരി നിക്ഷേപത്തിന്റെ സ്ഥിതിവിവരം താഴെ ചേർക്കുന്നു.

വിദേശ ഓഹരി നിക്ഷേപം
(കോടി രൂപ)

നിക്ഷേപം നടന്ന മാസം	
ജനുവരി 2012	26328.9
ഫെബ്രുവരി	51198.8
മാർച്ച്	1792.5
ഏപ്രിൽ	4896.6
മെയ്	3222.5
ജൂൺ	1180.5
ജൂലായ്	13664.4
ആഗസ്റ്റ്	27018.9
സെപ്റ്റംബർ	44671.8
ഒക്ടോബർ	19215.9
നവംബർ	19849.3
ഡിസംബർ 21 വരെ	18873.4

(അവലംബം SEBI)

2013 ൽ ആദ്യത്തെ ഒന്നരമാസത്തിൽ നടത്തപ്പെട്ടത് 39270 കോടി രൂപയുടെ വിദേശ ഓഹരി മൂലധന നിക്ഷേപമാണ്. 2012 ൽ നടത്തിയ

ആകെ ഓഹരി നിക്ഷേപത്തിന്റെ നാലിലൊന്ന് 2013 ലെ ഒന്നരമാസത്തിനകം നടത്തി എന്നർഥം. 2013 ഫെബ്രുവരി ആദ്യത്തെ ആഴ്ചമാത്രം 17200 കോടി രൂപയുടെ ഓഹരി നിക്ഷേപം നടന്നു. (അവലംബം സെബി) 2011 അവസാനത്തെ കണക്കനുസരിച്ച് (City UK) ഇന്ത്യൻ ഓഹരി കമ്പോളത്തിലെ വിദേശനിക്ഷേപത്തിന്റെ 46 ശതമാനം എത്തിയത് അമേരിക്കയിൽ നിന്നാണ്.

പ്രത്യക്ഷ വിദേശമൂലധന നിക്ഷേപവും വർധിച്ചുഎന്ന് മുൻ പട്ടിക വ്യക്തമാക്കുന്നുണ്ട്. അവ മുഴുവനും പുതിയ ഉൽപ്പാദനത്തിലും പുതിയ തൊഴിലവസരങ്ങളുടെ സൃഷ്ടിയിലും നിക്ഷേപിക്കപ്പെട്ടു എന്നല്ല മനസിലാക്കേണ്ടത്. നിലവിലുള്ള ഇന്ത്യൻ കമ്പനികൾ ഭാഗികമായോ പൂർണമായോ ഏറ്റെടുത്തു വിദേശ ഉടമസ്ഥതയിലാക്കുന്നതിനാണ് പ്രത്യക്ഷ മൂലധനനിക്ഷേപത്തിൽ ഗണ്യമായ ഭാഗവും വിനിയോഗിക്കപ്പെട്ടത്.

സമീപകാലത്തെ ഒരു ഉദാഹരണം പൊതുമേഖലാ എണ്ണക്കമ്പനിയായ ഓയിൽ ഇന്ത്യാ ലിമിറ്റഡിന്റെയാണ്. നിലവിൽ 78.43 ശതമാനം ഓഹരി ഉടമസ്ഥത കേന്ദ്ര ഗവൺമെന്റിനാണ്. അതിൽ 10 ശതമാനം ഓഹരി വിറ്റഴിക്കാൻ സർക്കാർ തീരുമാനിച്ചു. അതായത് 6.01 കോടി ഓഹരികൾ. 2012 ഡിസംബർ 31 ന് ഒരു ഓഹരിയുടെ മാർക്കറ്റ് വില 539.20 രൂപയായിരുന്നു. എന്നാൽ സ്വകാര്യ മേഖലക്ക് 5.4 ശതമാനം വിലകുറച്ചു വിൽക്കാനാണ് സർക്കാർ തീരുമാനിച്ചത്. അഥവാ ഓഹരി ഒന്നിന് 510 രൂപ. 6.01 കോടി ഓഹരികൾ വിറ്റ് സർക്കാർ 3110 കോടി രൂപ സമാഹരിച്ചു. വിദേശ നിക്ഷേപക സ്ഥാപനങ്ങൾ, എൽ ഐ സി, മ്യൂച്ചൽ ഫണ്ടുകൾ, വ്യക്തികൾ തുടങ്ങിയവർ ലേലത്തിൽ പങ്കെടുത്തു. 30 ശതമാനം ഓഹരികൾ കയ്യടക്കിയത് വിദേശ നിക്ഷേപകസ്ഥാപനങ്ങളായിരുന്നു. ഇതു വളരെ പ്രധാനപ്പെട്ടതാണ്. ഇന്ത്യൻ ഓഹരി ഉടമകളുടെ പ്രതിനിധികളും സർക്കാർ നോമിനികളുമായി ചേർന്ന്, വിദേശ പണമൂലധനശക്തികൾ ഓയിൽ ഇന്ത്യയുടെ നിയന്ത്രണം ഏറ്റെടുക്കുന്ന സ്ഥിതിയാണ് അതുമൂലം ഉണ്ടാകുന്നത്. പൊതു മേഖലാ സ്ഥാപനങ്ങളായ ഹിന്ദുസ്ഥാൻ കോപ്പറിന്റെ ഓഹരിവിൽപ്പനയിലൂടെ 800 കോടി രൂപയും എൻ എം ഡി സി ഓഹരി വിൽപ്പനയിലൂടെ 5900 കോടി രൂപയും നടപ്പുസാമ്പത്തികവർഷം സമാഹരിച്ചുകഴിഞ്ഞിരിക്കുന്നു. (എൻ എം ഡി സി 2011 –12 സാമ്പത്തികവർഷത്തിൽ സർക്കാരിന് 3494.08 കോടി രൂപ നികുതി വരുമാനമുണ്ടാക്കി കൊടുത്തു. നികുതി കഴിച്ചുള്ള ലാഭം 7265.39 കോടിയായിരുന്നു.) നാഷണൽ അലുമിനിയം, സ്റ്റീൽ അതോറിറ്റി ഓഫ് ഇന്ത്യ, മിനറൽസ് ആന്റ് മെറ്റൽസ് ട്രേഡിങ് കോർപ്പറേഷൻ, രാഷ്ട്രീയ കെമിക്കൽസ് ആന്റ് ഫെർട്ടിലൈസേഴ്സ് എന്നിവയും സ്വകാര്യ–വിദേശ മൂല

ധനത്തിനു വിട്ടുകൊടുക്കുന്ന ശ്രമം ഊർജിതമാണ്.

വിദേശ മൂലധനം ഓഹരി കമ്പോളത്തിൽ നിക്ഷേപിക്കുമ്പോൾ ഓഹരികൾക്കും കടപ്പത്രങ്ങൾക്കും ബോണ്ടുകൾക്കും ഡെറിവേറ്റിവുകൾക്കുമുള്ള ഡിമാന്റ് വർധിക്കുകയാണ് ചെയ്യുന്നത്. അതോടൊപ്പം ഓഹരി വില സൂചികയും ഉയരുന്നു.

ഓഹരി വില സൂചിക

	ഓഹരിവില സൂചിക (BSE)
ജനുവരി 2012	17193.6
ജനുവരി 2013	19784.08

ബോംബെ സ്റ്റോക്ക് എക്സ്ചേഞ്ചിന്റെ ചുരുക്കരൂപമാണ് ബി എസ് ഇ (BSE). സജീവമായി വ്യാപാരം ചെയ്യപ്പെടുന്ന പ്രധാനപ്പെട്ട 30 കമ്പനികളുടെ ഓഹരിവിലകളുടെ സൂചികയാണ് BSE ഇൻഡക്സ്. ഓഹരി വില സൂചികയുടെ ഉയർച്ച സാമ്പത്തിക വികസനത്തെ സൂചിപ്പിക്കുന്നില്ല. രാജ്യത്ത് പട്ടിണിയും തൊഴിലില്ലായ്മയും അസമത്വവും പെരുകുമ്പോഴും പ്രമുഖ കമ്പനികൾ ലാഭമുണ്ടാക്കുന്നുണ്ടെങ്കിൽ ഓഹരി വില സൂചിക ഉയരും. അത് പുരോഗതിയുടെ അളവുകോലല്ല. പരോക്ഷമായി അത് മൂലധന സമാഹരണത്തെ സഹായിക്കും. ഓഹരിവിലകൾ ഉയരുമ്പോൾ നിലവിലുള്ള കമ്പനികൾക്ക് അധികഓഹരികൾ പുറപ്പെടുവിക്കാനും പുതിയ ഓഹരികൾ വിൽക്കാനും അവസരമുണ്ടാകും.

കഴിഞ്ഞ രണ്ടു പതിറ്റാണ്ടിനിടെ വിദേശനിക്ഷേപക സ്ഥാപനങ്ങളുടെ എണ്ണത്തിൽ വൻകുതിപ്പു തന്നെ ഉണ്ടായി. 1993 മാർച്ചിൽ സെബിയിൽ (Securities and Exchange Board of India) രജിസ്റ്റർ ചെയ്തിരുന്നത് 18 വിദേശനിക്ഷേപക സ്ഥാപനങ്ങളാണ്. 2011 ൽ അത് 1722 സ്ഥാപനങ്ങളായി ഉയർന്നു. കൂടാതെ 5686 സബ് അക്കൗണ്ടുകളും. (അവലംബം: SEBI വാർഷിക റിപ്പോർട്ട് 2011) ഇന്ത്യൻ ഓഹരി കമ്പോളത്തിൽ വ്യാപാരം നടത്തണമെങ്കിൽ സെബിയിൽ രജിസ്റ്റർ ചെയ്യണം. എന്നാൽ മറ്റൊരു കൂട്ടം സ്ഥാപനങ്ങൾ ഇന്ത്യൻ ഓഹരി കമ്പോളത്തിൽ വ്യാപാരം നടത്തുന്നുണ്ട്. അവർക്ക് സെബിയിൽ രജിസ്ട്രേഷനില്ല. മറിച്ച് അവ രജിസ്ട്രേഷനുള്ള വിദേശ നിക്ഷേപകസ്ഥാപനങ്ങൾക്കു കീഴിൽ പ്രവർത്തിക്കുന്നു. പ്രസ്തുത സ്ഥാപനങ്ങൾ നൽകുന്ന പാർട്ടിസിപ്പേറ്ററി നോട്ടിന്റെ (പി–നോട്ട്) പിൻബലത്തിലാണ് അവ വ്യാപാരം നടത്തുന്നത്. പി–നോട്ട് കരസ്ഥമാക്കിയ സ്ഥാപനങ്ങളുടെ പേരു വിവരങ്ങൾ രഹസ്യമായി സൂക്ഷിക്കപ്പെടുന്നു. ഗവൺമെന്റിനോ സെബിക്കോ അവയുടെ

പേരുവിവരങ്ങൾ അറിയുകയില്ല. 2007 ൽ മാത്രം അവ മുഖേന നടത്തപ്പെട്ടത്. 3.81 ലക്ഷം കോടിരൂപയുടെ ഇടപാടുകളാണ്.

പി–നോട്ട് മുഖേന നടന്ന വിദേശ നിക്ഷേപം
(കോടി രൂപ)

ജനുവരി 2012	15,956
ഫെബ്രുവരി	1,83,151
മാർച്ച്	1,65,832
ഏപ്രിൽ	1,30,012
മേയ്	1,28,895
ജൂൺ	1,29,851
ജൂലായ്	1,29,586
ആഗസ്റ്റ്	1,41,710
സെപ്റ്റംബർ	1,46,600
ഒക്ടോബർ	1,75,829
നവംബർ	1,77,164

(അവലംബം സെബി)

പോർട്ട്ഫോളിയോ നിക്ഷേപം ഉൽപ്പാദനത്തിലല്ല നടത്തപ്പെടുന്നതെന്ന വസ്തുത ഗവൺമെന്റിനെ തെല്ലും അലോസരപ്പെടുത്തുന്നില്ല. അഥവാ, ഗവൺമെന്റ് സാമ്രാജ്യത്വമൂലധനത്തിന് കീഴടങ്ങി പ്രവർത്തിക്കുന്നു. അതിലും വിശേഷം, വിദേശ മൂലധനം രാജ്യത്തെ പുരോഗതിയിലേക്കു നയിക്കാനുള്ള ഏക മാർഗമായി ചൂണ്ടിക്കാട്ടപ്പെടുന്നു. ബാങ്കിങ്, ഇൻഷുറൻസ്, ചില്ലറ വ്യാപാരം, വ്യോമയാനം തുടങ്ങിയ മേഖലകളിലെല്ലാം വിദേശ നിക്ഷേപപരിധി ഉയർത്തി വിധേയത്വം പ്രകടിപ്പിക്കുന്നു. മൊറീഷ്യസുമായുള്ള ഇരട്ട നികുതി ഒഴിവാക്കൽ കരാറിന്റെ മറപറ്റി, ഇൻഡ്യയിലെ വൻനഗരങ്ങളിലെ ധനാഢ്യർ നികുതിവെട്ടിച്ച് വിദേശ ബാങ്കുകളിൽ ഒളിപ്പിച്ചിട്ടുള്ള കള്ളപ്പണം ഉപയോഗിച്ച് ഓഹരി വ്യാപാരം നടത്തുന്നു. വിദേശ നിക്ഷേപകസ്ഥാപനങ്ങളും മൊറീഷ്യസ് കരാർ പ്രയോജനപ്പെടുത്തുന്നു. തീവ്രവാദികൾ ഓഹരികമ്പോളത്തിൽ നിക്ഷേപം നടത്തുന്നതായ ആക്ഷേപം ശക്തമാണ്. അവർ ഒറ്റയടിക്ക് പണം പിൻവലിച്ചാൽ ഓഹരി കമ്പോളം നിലം പൊത്തും.

സിറ്റി യു കെ (city U K) എന്ന ഗവേഷണ സ്ഥാപനം ലോകത്തെ നിക്ഷേപഫണ്ടുകളുടെ വിനിയോഗം സംബന്ധിച്ച വിവരങ്ങൾ നൽകുന്നുണ്ട്. 2011 അവസാനത്തെ കണക്കനുസരിച്ച് ആഗോളഫണ്ടിന്റെ (Global funds) വലിപ്പം, സങ്കൽപ്പിക്കാൻ കഴിയുന്നതിനെക്കാൾ ഏറെ ഉയർന്ന

താണ്. അതായത് 120 ട്രില്യൻ ഡോളർ. പെൻഷൻ, ഇൻഷുറൻസ്, മ്യൂച്ചൽ ഫണ്ടുകളെ പരമ്പരാഗത ഫണ്ടുകളെന്നും (Conventional funds) സോവറിൻ വെൽത്ത് ഫണ്ട്, പ്രൈവറ്റ് ഇക്വിറ്റി, ഹെഡ്ജ് ഫണ്ട്സ്, എക്സ്ചേഞ്ച് ട്രേഡഡ് ഫണ്ട്സ്, പ്രൈവറ്റ് വെൽത്ത് ഫണ്ട് എന്നിവയെ ഇതര ഫണ്ടുകൾ (Alternative Investment Management Assets) എന്നും വിഭജിച്ചിരിക്കുന്നു. പരമ്പരാഗത ഫണ്ടുകൾ 79.8 ട്രില്യൻ ഡോളർ വരും. 2012 അവസാനം അത് 85.2 ട്രില്യൻ ഡോളറായി വർധിക്കുമെന്നു കണക്കാക്കി.

കേരളത്തിൽ വിവാദമായി തുടരുന്ന പങ്കാളിത്ത പെൻഷൻ പരിഷ്കരണത്തിന്റെ പശ്ചാത്തലത്തിൽ പെൻഷൻ ഫണ്ടുകൾ പ്രത്യേകപരാമർശമർഹിക്കുന്നു. പരമ്പരാഗതഫണ്ടുകളിൽ ഏറ്റവും വലുത് പെൻഷൻ ഫണ്ടാണ്. ആഗോളതലത്തിൽ കൈകാര്യം ചെയ്യപ്പെടുന്നത് 32 ട്രില്യൻ ഡോളറിന്റെ പെൻഷൻ തുകയാണ്. അതായത് പരമ്പരാഗത ഫണ്ടിന്റെ 40 ശതമാനം. ശേഷിക്കുന്ന 48 ട്രില്യൻ ഡോളർ മ്യൂച്ചൽ ഫണ്ടുകളും ഇൻഷുറൻസ് കമ്പനികളും കൈകാര്യം ചെയ്യുന്നു. ആഗോള പെൻഷൻ ഫണ്ടിന്റെ 60 ശതമാനം അമേരിക്കയാണ് കൈകാര്യം ചെയ്യുന്നത്. 17,575 ശതകോടി ഡോളർ. 10 ശതമാനം യു കെ കൈകാര്യം ചെയ്യുന്നു. ജപ്പാനും നെതർലണ്ടും അഞ്ചു ശതമാനം വീതം കൈകാര്യം ചെയ്യുന്നു.

ഇന്ത്യയിലെ സ്വകാര്യ മേഖലയിലെയും പൊതുമേഖലയിലെയും പെൻഷൻ ഫണ്ട് 75 ശതകോടി ഡോളർ എന്നു കണക്കാക്കുന്നു. ഇത്രയും തുക വിദേശ നിക്ഷേപകസ്ഥാപനങ്ങളുടെ ചൂതാട്ടത്തിനു എറിഞ്ഞുകൊടുക്കുകയാണ് പങ്കാളിത്ത പെൻഷൻ മുഖേന ലക്ഷ്യമാക്കുന്നത്. (അവലംബം ബിസിനസ് ലൈൻ, ഡിസം 12, 2012)

വിദേശവ്യാപാരം സംബന്ധിച്ചാണ് മറ്റൊരു അവകാശവാദം. വ്യാപാര നിയന്ത്രണങ്ങൾ ഒഴിവാക്കപ്പെടുന്നതോടെ കയറ്റുമതി വർധിക്കുമെന്നും വ്യാപാര കമ്മി കുറയുമെന്നുമാണ് വാദം. ഇന്ത്യൻ വിപണി തുറക്കുന്നതു പോലെ വിദേശ വിപണികളും തുറക്കപ്പെടുമെന്നും കരുതപ്പെട്ടു. സംഭവിച്ചതുമറ്റൊന്നാണ്. ഇന്ത്യൻ വിപണിതുറന്നു. ചരക്കുകളുടെയും മൂലധനത്തിന്റെയും ഇറക്കുമതി നിയന്ത്രണം ലഘൂകരിച്ചു. ചുങ്കം വെട്ടിക്കുറച്ചു. അളവുപരമായ നിയന്ത്രണങ്ങൾ ഒഴിവാക്കി. ഇപ്പോഴും ആ പ്രക്രിയ തുടരുന്നു. വാണിജ്യവകുപ്പു മന്ത്രിയായിരുന്ന പി ചിദംബരം 1991 ജൂലായ് 4 ന് പ്രഖ്യാപിച്ച പുതിയ വ്യാപാര നയത്തെ തുടർന്നാണ് നിയന്ത്രണങ്ങൾ ഉദാരവൽക്കരിക്കപ്പെട്ടത്. അതിന്റെ ഫലമായി രാജ്യത്തേക്ക് വിദേശചരക്കുകളുടെ കുത്തൊഴുക്കു തന്നെയുണ്ടായി. 2188.16 കോടി ഡോളറിനുള്ള സാധനങ്ങളാണ് 1992–93 ൽ ഇറക്കു

മതി ചെയ്തത്. 2011–12 ൽ ഇറക്കുമതി ചെയ്തത് 48,941.74 കോടി ഡോളറിന്റെയും. കയറ്റുമതി വർധിപ്പിച്ചു നേട്ടം കൊയ്യാമെന്ന ഇന്ത്യൻ വ്യവസായികളുടെയും കയറ്റുമതി വ്യാപാരികളുടെയും പ്രതീക്ഷകൾ നിറവേറ്റപ്പെട്ടില്ല. 1992–93 ൽ 1853.72 കോടി ഡോളറിന്റെ കയറ്റുമതി വ്യാപാരം നടന്നു. 2011–12 ൽ നടത്തപ്പെട്ടത് 30462.35 കോടി ഡോളറിന്റെയും. ഇറക്കുമതിയിലെ വൻവർധനയും കയറ്റുമതിയിലെ ഇടിവും ചേർന്ന് വ്യാപാര കമ്മി വർധിപ്പിച്ചു. 1992–93 ൽ 334.44 കോടി ഡോളറിന്റെ വ്യാപാര കമ്മിയുണ്ടായിരുന്നത് 2011–12 ൽ 18479.39 കോടി ഡോളറായി വർധിച്ചു.

ഏറ്റവും ഒടുവിൽ ലഭ്യമായ കണക്കുപ്രകാരം 2012–13 സാമ്പത്തിക വർഷത്തിന്റെ മൂന്നാം പാദത്തിലെ വ്യാപാരകമ്മി 32.6 ശതകോടിഡോളറാണ്. അതായത് ദേശീയവരുമാനത്തിന്റെ 6.7 ശതമാനം. മുൻ വർഷം മൂന്നാംപാദത്തിലെ കമ്മി 20.2 ശതകോടി ഡോളറായിരുന്നു. അതായത് ദേശീയ വരുമാനത്തിന്റെ 4.4 ശതമാനം. വിദേശ വ്യാപാരത്തിന്റെ കണക്ക് ഡോളറിലും രൂപയിലും ചേർക്കുന്നു.

	വിദേശവ്യാപാരം					
	കയറ്റുമതി		ഇറക്കുമതി		വ്യാപരക്കമ്മി	
	കോടി ഡോളർ	*കോടി രൂപ*	*കോടി ഡോളർ*	*കോടി രൂപ*	*കോടി ഡോളർ*	*കോടി രൂപ*
1992–93	1853.72	53688	2188.16	633.75	334.44	96.86
2011–12	30,462.35	17,592.81	48,941.74	23,459.7	18,479.39	8,866.9

അമേരിക്കയിലേക്കും യൂറോപ്യൻ യൂണിയൻ രാജ്യങ്ങളിലേക്കുമാണ് ഇന്ത്യ പ്രധാനമായും കയറ്റുമതി നടത്തുന്നത്. കടുത്ത സാമ്പത്തിക പ്രതിസന്ധിയിൽ ഉഴലുന്ന അവയുടെ പ്രശ്നം എങ്ങനെ ജനങ്ങളുടെ തൊഴിലും വരുമാനവുമുയർത്താം, കടബാധ്യത കൊടുത്തു തീർക്കാം എന്നതാണ്. ഇന്ത്യയിൽ നിന്നും സാധനങ്ങൾ വാങ്ങുന്നതിനേക്കാൾ അവയ്ക്ക് പ്രധാനം തങ്ങളുടെതന്നെ സാമ്പത്തിക പ്രശ്നങ്ങളാണ്. കയറ്റുമതി ഇടിയാനും വ്യാപാര കമ്മി വർധിക്കാനുമുള്ള കാരണം ആഗോള സമ്പദ് വ്യവസ്ഥയുമായി ഇന്ത്യ ബന്ധിപ്പിക്കപ്പെട്ടതാണ്.

ഇറക്കുമതി വർധന ഏറ്റവും ദോഷകരമായി ബാധിച്ചത് കേരളത്തെയാണ്. ഇന്ത്യയിലെ മറ്റേതൊരു സംസ്ഥാനത്തെക്കാളും വിദേശ വിപണിയുമായി ബന്ധപ്പെട്ടു നിൽക്കുന്ന സംസ്ഥാനമാണ് കേരളം. റബർ, കുരുമുളക്, കാപ്പി, ചായ, മഞ്ഞൾ, ഏലം തുടങ്ങിയ കാർഷിക വിളകൾ കയറ്റുമതി വസ്തുക്കളിൽ പ്രമുഖങ്ങളാണ്. ആസിയൻ രാജ്യങ്ങളുമായി

വ്യാപാരകരാർ ഒപ്പിട്ടതിനെതുടർന്ന് പ്രസ്തുത രാജ്യങ്ങളിൽ നിന്നുള്ള റബർ, പാമോയിൽ, തുടങ്ങിയ ഉൽപ്പന്നങ്ങളുടെ ഇറക്കുമതി വർധിച്ചു.

റബ്ബർ ഇറക്കുമതി
(ടൺ)

വർഷം	സ്വാഭാവിക റബ്ബർ	സിന്തറ്റിക് റബ്ബർ	ആകെ
2002–03	26,229	1,24,475	1,50,704
2008–09	77,762	1,90,630	2,68,392
2009–10	1,77,130	2,50,210	4,27,340
2010–11	1,90,692	3,02,030	4,92,722
2011–12	2,13,785	3,27,625	5,41,410
2012–13 (പ്രതീക്ഷിതം)	2,25,000		

(അവലംബം: റബ്ബർ ബോർഡ്)

ആർ എസ് എസ് 4
റബറിന്റെ വിപണി വില
(രൂപ)

2011 ജൂൺ	234.50
2012 ജൂൺ	194.50
2013 ജനുവരി	162.00

ഭക്ഷ്യ എണ്ണ ഇറക്കുമതി
(ലക്ഷം ടൺ)

	2008–09	2009–10	2010–11	2011–12 (നവം. സെപ്തം)
ശുദ്ധീകരിച്ച പാമോയിൽ	12.40	12.13	10.82	15.16
അസംസ്കൃത പാമോയിൽ	51.87	51.69	53.74	57.52
അസംസ്കൃത പാംകേർണൽ	1.08	1.12	0.85	0.87
സൺഫ്ളവർ	5.90	6.30	8.04	10.49
സോയാബീൻ	9.90	16.66	10.07	9.87
ആകെ	**81.14**	**87.91**	**83.5**	**88.65**

നാളികേരം പ്രതിമാസ ശരാശരി വില
(രൂപ)

ജനുവരി 2011	8.48
ഫെബ്രുവരി	8.99
മാർച്ച്	8.74
ഏപ്രിൽ	9.03
മെയ്	9.27
ജൂൺ	9.22

(അവലംബം: ഇക്കണോമിക് റിവ്യൂ 2012)

കാർഷികോൽപ്പന്നങ്ങളുടെ ഇറക്കുമതി ചുങ്കം വെട്ടിക്കുറയ്ക്കുകയോ പൂർണമായി ഒഴിവാക്കുകയോ ആണ് ആസിയൻ കരാർ വ്യവസ്ഥകളിൽ പ്രധാനം. സ്വാഭാവിക റബറിന്റെ ഇറക്കുമതി ചുങ്കം 20 ശതമാനമായിരുന്നു. അത് 7.5 ശതമാനമായി കുറച്ചു. 2011 മാർച്ച് 31 വരെ 40,000 ടൺ സ്വാഭാവിക റബർ ഇറക്കുമതി ചെയ്യാനും അനുവാദം നൽകി. റബറിന്റെ അന്താരാഷ്ട്ര വില ആഭ്യന്തരവിലയേക്കാൾ കുറഞ്ഞിരിക്കുവാൻ സർക്കാർ മറ്റൊരു തന്ത്രവും പ്രയോഗിക്കുന്നു. മാർച്ച് 31 നുശേഷം ഇറക്കുമതി ചുങ്കം, 20 ശതമാനം അല്ലെങ്കിൽ 20 രൂപ അതിൽ ഏതാണോ കുറവ് എന്നു വ്യവസ്ഥ ചെയ്തു. ചുങ്കം വെട്ടിക്കുറച്ചതിനെ തുടർന്ന്, സ്വാഭാവിക റബറിന്റെയും സിന്തറ്റിക് റബറിന്റെയും ഇറക്കുമതിയിൽ വൻവർധനയുണ്ടായി. അതിന്റെ ഫലമായി വിലത്തകർച്ചയും. 2011 ജൂണിൽ ഒരു കിലോഗ്രാം 4–ാം ഗ്രേഡ് റബർവിറ്റാൽ കൃഷിക്കാരന് 234.50 രൂപ കിട്ടുമായിരുന്നു. 2013 ജനുവരി 1 ന് കിട്ടുന്നത് 162 രൂപയാണ്. ഒരു കിലോ ഗ്രാം റബറിന്മേൽ നഷ്ടം 72.50 രൂപ. 2011–12 ൽ ഉൽപ്പാദിപ്പിച്ചത് 903700 ടൺ റബ്ബർ. ഇതിൽ 90 ശതമാനവും കേരളത്തിന്റെ സംഭാവനയാണ്. കൃഷിക്കാർക്കുണ്ടായ ആകെ നഷ്ടം 2011–12 ൽ മാത്രം 6552 കോടി രൂപയുടെയാണ്.

രാജ്യത്തെ നാളികേരം ഉൽപ്പാദനത്തിന്റെ 40 ശതമാനം കേരളത്തിന്റെ സംഭാവനയാണ്. രണ്ടും മൂന്നും സ്ഥാനങ്ങളിൽ തമിഴ്നാടും കർണാടകവുമാണ്. ഇന്തോനേഷ്യയിൽ നിന്നും മലേഷ്യയിൽ നിന്നും കുറഞ്ഞ വിലക്ക് ഇറക്കുമതി ചെയ്യുന്ന പാമോയിലുമായി വേണം കേരളത്തിന്റെ വെളിച്ചെണ്ണയ്ക്കു മത്സരിക്കാൻ. 2008 മാർച്ചിൽ അസംസ്കൃതപാമോയിലിന്റെ ഇറക്കുമതി ചുങ്കം 20 ശതമാനമായിരുന്നു. 2008 ഏപ്രിൽ മുതൽ ഇറക്കുമതി ചുങ്കം പൂർണമായും ഒഴിവാക്കി. ശുദ്ധീകരിച്ച പാമോയിലിന്റെ ചുങ്കം 27.5 ശതമാനമായിരുന്നു. അത് 7.5 ശതമാനമാക്കി. അസംസ്കൃത പാമോയിൽ ചുങ്കം കൂടാതെ എത്ര വേണമെങ്കിലും ഇറക്കുമതി ചെയ്യാം. ശുദ്ധീകരിച്ച പാമോയിലിന്റെ വിലയിന്മേൽ 15 ശതമാനം സബ്സിഡി കേന്ദ്രം നൽകുന്നുണ്ട്. ഇത് പാമോയിലിന്റെ വില വെളി

ച്ചെണ്ണയുടേതിനേക്കാൾ കുറയാൻ വഴിയൊരുക്കുന്നു. 2010–11 ൽ സോയാബീൻ ഓയിലും സൺഫ്ളവർ ഓയിലും ഉൾപ്പെടെ 83.5 ലക്ഷം ടൺ ഭക്ഷ്യഎണ്ണ ഇറക്കുമതി ചെയ്തു. ഇതിൽ മൂന്നിൽ രണ്ടുഭാഗം പാമോയിൽ ഇറക്കുമതിയാണ് (68.29 ലക്ഷം ടൺ)

തൊണ്ടോടുകൂടിയ ഒരു നാളികേരം വിറ്റാൽ കൃഷിക്കാരന് 2011 മേയിൽ 9.27 രൂപ കിട്ടുമായിരുന്നു. 2012 ജനുവരി 1ന് കിട്ടുന്നത് 4 രൂപ. നഷ്ടം 5.27 രൂപ. 2010 – 11 ൽ ഉൽപ്പാദിപ്പിച്ചത് 5287 ദശലക്ഷം നാളികേരമായിരുന്നു. അത്രയും നാളികേരം 2011–12 ലും ഉൽപ്പാദിപ്പിച്ചു എന്നു കണക്കാക്കിയാൽ, വില തകർച്ച മൂലം തെങ്ങുകൃഷിക്കാർക്കുണ്ടായ നഷ്ടം 2786 കോടി രൂപയാണ്.

അതീവ സമ്പന്നർ, അഥവാ 100 കോടി ഡോളറിലേറെ ആസ്തിയുള്ള ശതകോടീശ്വരന്മാരുടെ എണ്ണവും വണ്ണവും വർധിച്ചതാണ് ആഗോളവൽക്കരണത്തിന്റെ മറ്റൊരു പ്രത്യാഘാതം. 2004 ൽ ഇന്ത്യയിൽ 14 ശതകോടീശ്വരന്മാരുണ്ടായിരുന്ന സ്ഥാനത്ത്, “ഫോർബ്സ്” വാണിജ്യ മാസിക 2012 ഒക്ടോബറിൽ പുറത്തുവിട്ടകണക്കുപ്രകാരം ശതകോടീശ്വരന്മാരുടെ എണ്ണം 61 ആയി. ശതകോടീശ്വരന്മാർക്കു അടുത്തു നിൽക്കുന്ന ലക്ഷാധിപതികളുടെ കണക്ക് വേറെയാണ്. പ്രകൃതിവിഭവങ്ങൾ ചൂഷണംചെയ്തും, നികുതി ഇളവുകൾ കൈവശപ്പെടുത്തിയും സമ്പന്നരുടെ പട്ടികയിൽ സ്ഥാനം പിടിക്കുന്നവരുടെ എണ്ണം വർധിക്കുകയാണ്.

ശതകോടീശ്വരന്മാർ
(ഒക്ടോബർ 2012)

വ്യവസായി കുടുംബത്തിന്റെ പേര്	ആസ്തിമൂല്യം (ശതകോടി ഡോളർ)
1. മുകേഷ് അംബാനി	21
2. ലക്ഷ്മി മിറ്റൽ	16
3. അസിംപ്രേംജി	12.2
4. പല്ലോൻജി മിസ്ത്രി	9.8
5. ദിലീപ് സാങ്‌വി	9.2
6. ആദി ഗോദ്റെജ്	9.0
7. സാവിത്രിജിണ്ടാൽ	8.2
8. ശശി& രവി റൂയ	8.1
9. ഹിന്ദുജ ബ്രദേഴ്സ്	8.0
10. കുമാർ ബിർള	7.8
11. അനിൽ അംബാനി	6.0

12. സുനിൽ മിറ്റൽ	5.9
13. ശിവ് നാദർ	5.6
14. കുഷൽപാൽസിങ്	5.5
15. ഉദയ് കൊടാക്	4.3
16. ഗൗതം അദാനി	3.9
17. മിക്കി ജഗ്ത്യാനി	3.8
18. ആനന്ദ് ബർമൻ	3.5
19. രാഹുൽ ബജാജ്	3.4
20. സൈറസ് പൂനാവാല	3.3

ആദ്യത്തെ 20 വ്യവസായി കുടുംബങ്ങളുടെ പട്ടികയാണ് മുകളിൽ കൊടുത്തത്. 55–ാം സ്ഥാനത്ത് കേരളത്തിൽ നിന്നുള്ള എം ജി ജോർജ് മുത്തൂറ്റ് സ്ഥാനമുറപ്പിച്ചിട്ടുണ്ട്. 24–ാം സ്ഥാനത്താണ് കലാനിധിമാരൻ. ജോയ് ആലുക്കാസിന്റെ സ്ഥാനം 81–ാമതാണ്. ആദ്യത്തെ 100 അതീവ സമ്പന്നരുടെ മൊത്തം ആസ്തി 250.53 ശതകോടി ഡോളറാണ്. അതിൽ 61.67 ശതമാനം ആദ്യത്തെ പത്തുപേർ കയ്യടക്കുന്നു. (154.5 ശതകോടി ഡോളർ) ആദ്യത്തെ 10 പേരുടെ ആസ്തി നൂറുപേരുടെ ആസ്തിയുടെ 43.70 ശതമാനമാണ്. അതായത് (109.5 ശതകോടി ഡോളർ). നൂറുപേരുടെ ആകെ ആസ്തിയുടെ നാലിലൊരുഭാഗം (27.22 ശതമാനം) മുകേഷ് അംബാനിയുടെയും ലക്ഷ്മി മിറ്റലിന്റെയും അസിം പ്രേംജിയുടെയും പല്ലോൻജി മിസ്ത്രിയുടെയും ദിലീപ് സാങ്വിയുടെയും കൈവശമാണ്. ആദ്യത്തെ 10 പേരുടെ ആകെ ആസ്തിയുടെ 62.2 ശതമാനം 5 പേർ കയ്യടക്കുന്നു.

രണ്ടു പ്രവണതകളാണ് വ്യക്തമാവുന്നത്. ശതകോടീശ്വരന്മാരുടെ എണ്ണം വർധിക്കുന്നു, ആസ്തിയുടെ കേന്ദ്രീകരണം ശക്തമാവുന്നു.

ആഗോളവൽക്കരണഫലമായി ഗവൺമെന്റും വൻകിടക്കാരും തമ്മിലെ ബന്ധം പുതിയൊരുതലത്തിൽ എത്തിയിരിക്കുന്നു. വൻകിടക്കാർക്കു സർക്കാർ നിർലോഭമായ സഹായങ്ങൾ നൽകുന്നു. പകരം വൻകിടക്കാർ സർക്കാരിനു പിന്തുണയും സഹകരണവും നൽകുന്നു. ഈ ചങ്ങാത്ത മുതലാളിത്ത ബന്ധമാണ് അഴിമതിയുടെ വളർച്ചക്കു കളമൊരുക്കുന്നത്.

വൻകിട കോർപ്പറേറ്റ് സ്ഥാപനങ്ങൾക്ക് കോടിക്കണക്കിനു രൂപയുടെ നികുതി ഇളവുകളാണ് സർക്കാർ ഓരോ വർഷവും അനുവദിക്കുന്നത്. താഴെ കൊടുക്കുന്ന പട്ടികയിൽ ആദ്യത്തെ ഇനമായ കോർപ്പറേറ്റ് നികുതിയുടെ കാര്യം പരിശോധിക്കുക. 2005–06 ൽ നൽകപ്പെട്ടത് 34,618 കോടി രൂപയുടെ നികുതി ഇളവായിരുന്നു. 2010–11 ൽ നൽകിയത് 88,263 കോടി രൂപയുടെയും. ആറു കൊല്ലംകൊണ്ട് 3,74,937 കോടി രൂപയുടെ കോർപ്പറേറ്റ് നികുതി ആനുകൂല്യങ്ങൾ നൽകപ്പെട്ടു. കോർപ്പറേറ്റ് നികുതിയും

എക്സൈസ് തീരുവയും കസ്റ്റംസ് തീരുവയും ചേർത്ത് ആറുവർഷം നൽകപ്പെട്ടത് 2125023 കോടി രൂപയുടെ നികുതി ഇളവുകളാണ്.

കേന്ദ്രനികുതിഇളവുകൾ
(കോടി രൂപ)

	2005–06	'06–07	'07–08	'08–09	'09–10	'10–11	'05–11
കോർപ്പറേറ്റ് നികുതി	34618	50074	62199	66901	72881	88263	374937
എക്സൈസ് തീരുവ	66760	99690	87468	128293	169121	198291	749623
കസ്റ്റംസ് തീരുവ	127730	123682	153593	225752	195288	174418	1000463
ആകെ മൊത്തം	**229108**	**273447**	**303260**	**490946**	**437290**	**460972**	**2125023**

(അവലംബം: കേന്ദ്ര ബജറ്റുകൾ)

1965 ൽ കുത്തകാന്വേഷണ കമ്മീഷൻ നിയമിക്കപ്പെടുമ്പോൾ രാജ്യത്ത് ശതകോടീശ്വരന്മാർ ആരുമില്ലായിരുന്നു. 1960 കളിലും 1970 കളിലും സ്വത്തും വരുമാനവുമാർജിച്ച് വൻകിടക്കാർ കൊഴുത്തുവളരുവാൻ തുടങ്ങിയിരുന്നു. പ്രസ്തുത പ്രവണതക്കെതിരെ ശക്തമായ വിമർശനങ്ങൾ ഉയർന്നു. അതിന്റെ കൂടി ഫലമായിട്ടാണ് 1970 ൽ കുത്തകനിയന്ത്രണനിയമം അംഗീകരിക്കപ്പെട്ടത്. പുതിയ നിക്ഷേപങ്ങളും നിലവിലുള്ള വ്യവസായങ്ങളുടെ വിപുലീകരണവും കുത്തക നിയന്ത്രണകമ്മീഷന്റെ നിരീക്ഷണത്തിനും അനുമതിക്കും വിധേയമാക്കപ്പെട്ടു. എന്നാൽ നവഉദാരവൽക്കരണ നയത്തിനു അനുരോധമായി 1991 ൽ നിലവിൽ വന്ന പുതിയ വ്യവസായ നയത്തോടെ, നിയന്ത്രണങ്ങൾ ഒന്നൊന്നായി പൊളിച്ചു മാറ്റപ്പെട്ടു. പുതിയ വൻകിടക്കാർ പ്രത്യക്ഷപ്പെടാൻ തുടങ്ങി. ടാറ്റയെയും ബിർളയെയും സിംഘാനിയയെയും ബജാജിനെയും പിന്നിലാക്കി മുകേഷ്–അനിൽ അംബാനിമാരും ശശി–രവി റൂയമാരും ലക്ഷ്മി മിറ്റലും സുഭാഷ് ചന്ദ്രയും സുനിൽ മിറ്റലും ഉദയ് കൊടാക്കും കലാനിധിമാരനും സാവിത്രി ജിണ്ടാളും ഉൾപ്പെടെയുള്ളവർ രംഗത്തുവരുന്നത് ഉദാരവൽക്കരണനയത്തിന്റെ പിറവികളായിട്ടാണ്.

1972 ൽ രാജ്യത്തെ ഏറ്റവും മുകൾത്തട്ടിലെ 20 വ്യവസായ കുടുംബങ്ങളുടെ ആസ്തി 2511 കോടി രൂപയായിരുന്നു. റിലയൻസിന്റെയും എം എ ചിദംബരത്തിന്റെയും എസ്സാറിന്റെയും ഓസ്വാളിന്റെയും ആസ്തികൾ ചേർക്കാതെയുള്ള കണക്കാണിത്. അവർ പിന്നീട് പ്രത്യക്ഷപ്പെട്ടവരാണ്. 1981 ൽ റിലയൻസിന്റെ ആസ്തി 271 കോടി രൂപയായിരുന്നു. റിലയൻസ് കുടുംബത്തിന്റെ ഇപ്പോഴത്തെ ആസ്തി 1,45,800 കോടി കോടി രൂപയാണ്. ഏറ്റവും മുകൾത്തട്ടിലെ 20 വ്യവസായ കുടുംബങ്ങളുടെ മൊത്തം ആസ്തി 8,26,200 കോടി കോടിരൂപയും. പുതിയ വ്യവസായ കുത്തകകൾ രംഗത്തുവന്നിരിക്കുന്നു. പഴയവർ അപ്രത്യക്ഷരായിട്ടില്ല. റാങ്കിങ്ങിൽ അവർ പിന്നോട്ടുപോയി എന്നുമാത്രം. ടാറ്റയുടെയും ബിർള

യുടെയും താപാറിന്റെയും സിംഘാനിയയുടെയും സ്ഥാനം മുകേഷ് അംബാനിയും ലക്ഷ്മി മിറ്റലും അസിംപ്രേംജിയും പല്ലോൻജി മിസ്ത്രിയും കയ്യടക്കി.

ഞെട്ടിക്കുന്നതാണ് കമ്പനി ചീഫ് എക്സിക്യൂട്ടിവുകളുടെ പ്രതി വർഷ ശമ്പളത്തിന്റെ കണക്കുകൾ. 2009–10 ൽ നവീൻ ജിണ്ടാളിന്റെ ശമ്പളം 39.7 കോടി രൂപയായിരുന്നു. പ്രതിമാസം 3.3 കോടിരൂപ. കലാനിധിമാരന്റേത് 37.08 കോടിയായിരുന്നു. കാവേരിമാരനുലഭിച്ചതും അത്രയും കോടിരൂപതന്നെ.

ശതകോടീശ്വരന്മാരുടെ പട്ടികയിലേക്ക് എത്തിപ്പിടിക്കാൻ ശ്രമിക്കുന്ന ഒരു വിഭാഗം രാജ്യത്തു വളർന്നുവരുന്നുണ്ട്. അവരെ മധ്യവർഗം എന്നു വിശേഷിപ്പിക്കാം. അഭിരുചികളിലും ജീവിതശൈലികളിലും അതീവ സമ്പന്നരോട് ആഭിമുഖ്യം പുലർത്തുന്നവരാണ് അവർ. നാഷണൽ കൗൺസിൽ ഓഫ് അപ്ലൈഡ് ഇക്കണോമിക് റിസർച്ച് 2006 ൽ നടത്തിയ സർവെ റിപ്പോർട്ടിന് നൽകിയിട്ടുള്ള പേര് 'മഹത്തായ ഇൻഡ്യൻ മധ്യ വർഗം' (2006) എന്നാണ്. മെട്രോ നഗരങ്ങളിലും പട്ടണങ്ങളിലുമാണ് മധ്യവർഗം തഴച്ചുവളരുന്നത്. വാസ്തവത്തിൽ വാൾമാർട്ട്, ടെസ്കോ തുടങ്ങിയ ചില്ലറവ്യാപാര കുത്തകകോർപ്പറേഷനുകൾ ലക്ഷ്യമിടുന്നത് ഈ മധ്യവർഗത്തെയാണ്. അഥവാ കൃഷിക്കാരെയും കർഷക തൊഴിലാളി കളെയും വ്യവസായ തൊഴിലാളികളെയും തൊഴിൽരഹിതരെയുമല്ല. പ്രതിവർഷം രണ്ടുലക്ഷത്തിനും പത്തുലക്ഷത്തിനും മധ്യെ വരുമാന മുള്ള കുടുംബങ്ങളെയാണ് മധ്യവർഗം എന്നു പഠനം നിർവചിക്കുന്നത്. അതനുസരിച്ച് 1995–96 ൽ 45 ലക്ഷം കുടുംബങ്ങൾ ഉണ്ടായിരുന്നത് 2001 –02 ൽ 1.07 കോടിയായി വളർന്നു. 2009–10 ആകുമ്പോഴേക്കും രണ്ടു കോടി 84 ലക്ഷം കുടുംബങ്ങളാകുമെന്നും പഠനം കണക്കാക്കി. അതായത് 1.53 കോടി ജനങ്ങൾ പത്തുലക്ഷം രൂപയിൽ കൂടുതൽ വരുമാന മുള്ള കുടുംബങ്ങളിലാണ്. അതായത് സമ്പന്ന കുടുംബങ്ങൾ 2001–02 ൽ എൺപതിനായിരം ആയിരുന്നു. 2009–10 ൽ അത് 38 ലക്ഷമായി വർധിക്കുമെന്നു പഠനം ചൂണ്ടിക്കാണിച്ചു. ലക്ഷങ്ങൾ വിലമതിക്കുന്ന ആഢംബര കാറുകളും എയർകണ്ടീഷൻ ചെയ്ത ആധുനിക ബംഗ്ലാവുകളും വിലകൂടിയ മദ്യങ്ങളും ഉപയോഗിക്കുന്നത് ഈ ധനിക വിഭാഗമാണ്. രാജ്യത്തെ 20 ശതമാനം വരുന്ന ധനിക–ഇടത്തരം വിഭാഗങ്ങളെ ലക്ഷ്യ മിട്ടാണ് സാമ്രാജ്യത്വ രാജ്യങ്ങൾ മൂലധനനിക്ഷേപത്തിനു ധൃതി കൂട്ടുന്നത്.

സ്വത്തിന്റെയും വരുമാനത്തിന്റെയും കേന്ദ്രീകരണവും സാന്ദ്രീകരണവും ഒരുവശത്തു നടക്കുമ്പോൾ ഭൂരിപക്ഷത്തിന്റെ ദരിദ്രീകരണ പ്രക്രിയ ശക്തമാവുകയാണ്. ദാരിദ്ര്യരേഖക്കു താഴെകഴിയുന്നവരാണ് രാജ്യത്തെ 73 ശതമാനം ജനങ്ങളും. ഈ പ്രശ്നം അടുത്ത അധ്യായത്തിൽ വിശദീകരിക്കുന്നുണ്ട്.

ആഗോളവൽക്കരണം ഉൽപ്പാദന–വിതരണമേഖലകളിൽ നിന്നും

സർക്കാരിന്റെ പിൻമാറ്റം ലക്ഷ്യമിടുകമാത്രമല്ല ചെയ്യുന്നത്. നിലവിലുള്ള പൊതുമേഖലാ സ്ഥാപനങ്ങൾ സ്വകാര്യമേഖലയെ ഏൽപ്പിക്കുന്നതിനും ലക്ഷ്യമിടുന്നു. സ്വകാര്യവൽക്കരണമാണത്. സ്വകാര്യവൽക്കരണം സ്വകാര്യസംരംഭങ്ങൾ ആരംഭിക്കലല്ല. മറിച്ച് സർക്കാർ സ്ഥാപനങ്ങൾ സ്വകാര്യമേഖലക്കു കൈമാറലാണ്.

പൊതുമേഖലാ സ്ഥാപനങ്ങൾ രാജ്യത്തിന്റെ വികസന ശ്രമങ്ങളിൽ ശക്തമായ പിന്തുണയാണ് നൽകിയിട്ടുള്ളത്. അവ രാജ്യത്തിന്റെ പൊതു സ്വത്താണ്. ഓഹരി മൂലധനമായും ദീർഘകാല വായ്പയായും കോടിക്കണക്കിനു രൂപ ചെലവിട്ട് പടുത്തുയർത്തിയിട്ടുള്ളവയാണ് അവ. 1951 ൽ ഉണ്ടായിരുന്ന ആകെ 5 പൊതുമേഖലാ സ്ഥാപനങ്ങളിലെ സർക്കാർ നിക്ഷേപം 29 കോടി രൂപയായിരുന്നു. ഇപ്പോൾ 248 കേന്ദ്ര പൊതുമേഖലാ സ്ഥാപനങ്ങളുണ്ട്. അവയിലെ സർക്കാർ നിക്ഷേപം വൻതുകയാണ്. 66,848 കോടി രൂപ. പ്രസ്തുത സ്ഥാപനങ്ങൾ 2010–11 ൽ സർക്കാരിനു നൽകിയത് 1,56,124 കോടി രൂപയുടെ നികുതി വരുമാനമാണ്. വാസ്തവത്തിൽ പൊതുമേഖലാ സ്ഥാപനങ്ങൾക്കുവേണ്ടി ആദ്യം വാദിച്ചത് വൻകിടക്കാരായ സ്വകാര്യസ്ഥാപനങ്ങളാണ്. 1944 ലെ ബോംബെ പ്ലാൻ അല്ലെങ്കിൽ ടാറ്റ–ബിർള പ്ലാൻ കൂടുതൽ നിക്ഷേപം വേണ്ടിവരുന്ന പ്രോജക്ടുകൾ (ഇരുമ്പ്, ഉരുക്ക്, കൽക്കരി വൈദ്യുതി, രാസവളങ്ങൾ, പെട്രോളിയം) സർക്കാർ ചുമതലയിൽ ആരംഭിക്കണമെന്നു നിർദേശിച്ചു. നിർദേശം സ്വീകരിച്ചുകൊണ്ടാണ് പശ്ചാത്തലസൗകര്യവികസനം ലക്ഷ്യമിട്ടുള്ള പൊതുമേഖലാ സ്ഥാപനങ്ങൾ സ്ഥാപിക്കപ്പെട്ടത്. അവയുടെ ഓഹരി വിൽപ്പനയിലൂടെ കാലക്രമത്തിൽ പൂർണമായും അവ സ്വകാര്യമേഖലക്കു കൈമാറാനാണ് നീക്കം.

ബാങ്കിങ് മേഖലയുടെ സമൂലമായ പരിഷ്കാരം നവ ഉദാരവൽക്കരണത്തിന്റെ മുഖ്യ അജണ്ടയാണ്. കോർപ്പറേറ്റ് മേഖലയുടെ വളർച്ചയ്ക്കു അനുഗുണമായി ബാങ്കിങ് മേഖലയെ ഉടച്ചുവാർക്കുകയാണ് ഈ രംഗത്തെ പരിഷ്കരണങ്ങളുടെ ലക്ഷ്യം. മുൻ റിസർവ് ബാങ്ക് ഗവർണർ എം നരസിംഹം ചെയർമാനായി 1991 ൽ കമ്മിറ്റിയെ നിയമിച്ചതും പ്രസ്തുത ഉദ്ദേശം വെച്ചാണ്.

1969 ലാണ് 14 വൻകിട സ്വകാര്യബാങ്കുകൾ ദേശസാൽക്കരിക്കപ്പെട്ടത്. അതിനുശേഷം ബാങ്കുകളുടെ വായ്പാനയത്തിൽപല പ്രധാന മാറ്റങ്ങളും വരുത്തി. രാജ്യത്തെ ദേശീയ വരുമാനത്തിൽ ഏറ്റവുമധികം സംഭാവന ചെയ്യുന്ന കൃഷി, ചെറുകിട–ഇടത്തരം വ്യവസായങ്ങൾ എന്നിവയ്ക്ക് കൂടുതൽ വായ്പ ഉറപ്പാക്കപ്പെട്ടു. മുൻഗണനാ വായ്പാ മേഖലകൾ നിർവചിക്കപ്പെടുകയും മൊത്തം വായ്പയുടെ നിശ്ചിത ശതമാനം അത്തരം മേഖലകൾക്കാകണം എന്നും വ്യവസ്ഥ ചെയ്യപ്പെട്ടു. സ്വകാര്യബാങ്കുകൾ ആരംഭിക്കുന്നതിന് കർശനവ്യവസ്ഥകൾ റിസർവ് ബാങ്ക് ഏർപ്പെടുത്തുകയും ചെയ്തു. വികസനോന്മുഖ ബാങ്കിങ് പ്രധാന ചർച്ചാവിഷയമായി മാറി.

എന്നാൽ നരസിംഹം കമ്മിറ്റി ശുപാർശകളെത്തുടർന്ന് മുൻഗണനാവായ്പാമേഖലാ സംവിധാനം തന്നെ ഉപേക്ഷിക്കപ്പെട്ടു. ബാങ്കുകളുടെ ഓഹരികളിൽ 74 ശതമാനം വിദേശ മൂലധന പങ്കാളിത്തം അനുവദിച്ചു. അവരുടെ വോട്ടവകാശപരിധി 10 ശതമാനമായി നിജപ്പെടുത്തിയിരുന്നു. അത് ഏറ്റവുമൊടുവിൽ പാർലമന്റ് അംഗീകരിച്ച ബാങ്കിങ് നിയമഭേദഗതിയോടെ 26 ശതമാനമായി ഉയർത്തി.

കുത്തക വ്യവസായികളും ബാങ്കിങ് മേഖലയും തമ്മിൽ നിലനിന്നിരുന്ന അനാരോഗ്യകരമായ ബന്ധമാണ് 1969 ലെ ബാങ്ക് ദേശസാൽക്കരണത്തിലേക്കു നയിച്ചത്. സ്വകാര്യമൂലധനത്തിന് ബാങ്കുകൾ തുടങ്ങാനുള്ള അനുവാദം ബാങ്കിങ് നിയമഭേദഗതിയോടെ ലഭ്യമായിരിക്കുന്നു. ബാങ്കുകളിൽ വൻകിട വ്യവസായികളും വൻകിടവ്യവസായങ്ങളിൽ ബാങ്കുകളും പിടിമുറുക്കുകയാണ്. ഏതാനും ബാങ്കുകളെ ഏറ്റവും വലിയ ബാങ്കുകളായി ഉയർത്തിക്കൊണ്ടു വരുന്ന നയവും സർക്കാർ അംഗീകരിക്കുന്നു.

പൊതുമേഖലാ ബാങ്കുകളെ അവഗണിച്ച് സ്വകാര്യബാങ്കുകളെ വളർത്തുകയും ബാങ്കുകളും വ്യവസായങ്ങളും തമ്മിലെ ബന്ധം അരക്കിട്ടുറപ്പിക്കുകയും വികസനോന്മുഖ ബാങ്കിങ് നയം തകിടം മറിക്കുകയും ചെയ്യുന്ന നവഉദാരവൽക്കരണ നയം സാമ്പത്തിക പ്രതിസന്ധിയിലേക്കു വാതിൽ തുറക്കലാണ്.

4

വർധിക്കുന്ന അസമത്വം പെരുകുന്ന ദാരിദ്ര്യം

ദരിദ്രർ അധിവസിക്കുന്ന സമ്പന്നരാജ്യം എന്നു ഇന്ത്യയെ വിശേഷിപ്പിക്കാറുണ്ട്. പ്രകൃതി വിഭവങ്ങളാൽ സമ്പന്നമാണ് ഇന്ത്യ. മനുഷ്യവിഭവശേഷിയിൽ മുൻനിരയിലാണ്. സാങ്കേതികവിദ്യയുടെ കാര്യത്തിലും പിന്നിലല്ല. പ്രകൃതി വിഭവങ്ങളും മനുഷ്യവിഭവശേഷിയും സാങ്കേതികവിദ്യകളും ആസൂത്രിതമായി സംയോജിപ്പിച്ചാൽ ഇന്ത്യക്ക് ലോകത്തിന്റെ നെറുകയിലെത്താം. എന്നാൽ ഇന്ത്യ കോടിക്കണക്കിനു ദരിദ്രരുടെ, അഥവാ ലോകത്തെ ഏറ്റവും കൂടുതൽ ദരിദ്രരുടെ, ആവാസ ഭൂമിയായി തുടരുന്നു.

1947 ലാണല്ലോ ഇന്ത്യ സ്വാതന്ത്ര്യം നേടുന്നത്. തുടർന്ന് അധികാരത്തിൽ വന്നത് തൊഴിലാളികളും കൃഷിക്കാരും മറ്റു സാധാരാണക്കാരുമല്ല. ജനസംഖ്യയിൽ ഭൂരിപക്ഷവും അവരാണ്. അയൽ രാജ്യമായ ചൈനയിൽ വിപ്ലവം നടന്നത് ഇന്ത്യ സ്വാതന്ത്ര്യം നേടി രണ്ടുകൊല്ലം കഴിഞ്ഞാണ്. 1949 ൽ. അധികാരത്തിലെത്തിയത് തൊഴിലാളികളും കൃഷിക്കാരുമാണ്. അതാണ് ഇന്ത്യയുമായുള്ള വ്യത്യാസം.

കഴിഞ്ഞ ആറു പതിറ്റാണ്ടിനിടെ അഭൂതപൂർവമായ പുരോഗതിയാണ് വിവിധരംഗങ്ങളിൽ ചൈന കൈവരിച്ചത്. ശാസ്ത്രരംഗത്ത് കുതിച്ചുചാട്ടം തന്നെ നടത്തി അമേരിക്കയെ പുറന്തള്ളി ചൈന രണ്ടാമത്തെ സാമ്പത്തിക ശക്തിയായി വളർന്നു. വളരെ പിന്നോക്കാവസ്ഥയിൽ നിന്നാണ് ഈ വളർച്ച നേടിയത്. പതിനഞ്ചോ ഇരുപതോ വർഷങ്ങൾ കഴിയുമ്പോൾ ചൈന ലോകത്തെ ഒന്നാമത്തെ സാമ്പത്തിക ശക്തിയാകുമെന്ന് വിദഗ്ധർ കണക്കുകൂട്ടുന്നു.

ഉയർന്ന ദേശീയവരുമാന വളർച്ച നിരക്കാണ് ചൈന കൈവരിച്ചത്. ഒപ്പം ഉയർന്ന ആളോഹരി വരുമാനവും. കയറ്റുമതിയുടെ കാര്യത്തിൽ

ലോകത്തെ ഒന്നാം സ്ഥാനത്താണ്. 2012 ൽ ചൈന 3.87 ട്രില്യൻ ഡോളറിനുള്ള വിദേശ വ്യാപാരം നടത്തി. ഇക്കാലയളവിൽ അമേരിക്ക നടത്തിയത് 3.82 ട്രില്യൻ ഡോളറിന്റെ വിദേശ വ്യാപാരമാണ്. കയറ്റുമതിയും ഇറക്കുമതിയും ചേർത്ത തുകയാണ് മേൽ കൊടുത്തത്. ലോകത്തെ ഏറ്റവും വലിയ വാണിജ്യ രാജ്യമായി ചൈന ഉയർന്നിരിക്കുന്നു. കയറ്റുമതിയുടെ കാര്യത്തിൽ ഒന്നാം സ്ഥാനത്താണ്. അമേരിക്ക ഇറക്കുമതിയുടെ കാര്യത്തിലാണ് ഒന്നാം സ്ഥാനത്ത്. 2012 ൽ ചൈനയ്ക്ക് 231.1 ശതകോടി ഡോളറിന്റെ വ്യാപാരമിച്ചമുണ്ടായിരുന്നപ്പോൾ അമേരിക്കയ്ക്ക് അക്കാലയളവിൽ 729.9 ശതകോടി ഡോളറിന്റെ വ്യാപാരകമ്മിയായിരുന്നു. ഇന്ധന ഉപയോഗം, വാഹനവിപണി, വിദേശ വിനിമയശേഖരം എന്നിവയിലെല്ലാം ചൈന മുന്നിലാണ്. ചൈനയുടെ ഏറ്റവും വലിയ നേട്ടം, കോടിക്കണക്കായ ജനങ്ങളെ ദാരിദ്ര്യരേഖയ്ക്ക് മുകളിലെത്തിച്ചു എന്നതാണ്. ഏറ്റവും കൂടുതൽ ദരിദ്രരുള്ള രാജ്യമായിരുന്നു ചൈന. അത് അഞ്ചരപതിറ്റാണ്ടുമുമ്പിലെ കഥയാണ്. ഉയർന്ന ദേശീയ വരുമാന വർധന കൈവരിക്കാൻ ചൈനയ്ക്കു കഴിഞ്ഞു. (അവലംബം : ബ്ലൂംബെർഗ്)

ഏറ്റവും ശ്രദ്ധേയമായ കാര്യം ദേശീയവരുമാന വർധനക്കൊപ്പം ദാരിദ്ര്യം കുറയ്ക്കാനും ചൈനയ്ക്കു കഴിഞ്ഞു എന്നതാണ്. ഒരാൾക്ക് പ്രതിദിനം 1.25 ഡോളർ വരുമാനം എന്നാണ് ലോകബാങ്ക് ദാരിദ്ര്യത്തെ നിർവചിക്കുന്നത്. ലോകബാങ്കിന്റെ ഒരു പഠനം അടുത്തകാലത്ത് പ്രസിദ്ധപ്പെടുത്തി. 1972 ൽ 74.33 കോടി ചൈനാക്കാർ ദരിദ്രരായിരുന്നു. 2008 ൽ അത് 1.31 കോടിയായി ചുരുങ്ങി. ഇന്ത്യയുടെ സ്ഥിതി നേരെമറിച്ചാണ്. ദേശീയവരുമാനവർധനയും ദാരിദ്ര്യ നിർമാർജനവും തമ്മിൽ നേരിട്ടു ബന്ധമില്ല എന്നതിന്റെ ഉദാഹരണമാണ് ഇന്ത്യ. താഴെ കൊടുക്കുന്ന പട്ടിക കാണുക.

ദേശീയവരുമാനം

വർഷം	ദേശീയവരുമാന വളർച്ചാനിരക്ക് *(ശതമാനം)*
2006–07	9.6
2007–08	9.3
2008–09	6.7
2009–10	8.6
2010–11	8.4
2011–12	6.2
2012–13	5.5

(അവലംബം: Economic Survey 2011; CSO)

താഴ്ന്ന വളർച്ച നിരക്കാണ് 2011–12 ൽ കൈവരിച്ചത്. കേവലം 6.2

ശതമാനം. 2012 –13 ൽ 5.5 ശതമാനം വളർച്ചാ നിരക്കു പ്രതീക്ഷിക്കുന്നു. എന്നാൽ അതിനു മുമ്പുള്ള അഞ്ചുവർഷം ദേശീയ വരുമാന വളർച്ച നിരക്ക് ഉയർന്ന തോതിലായിരുന്നു. പ്രതിവർഷം 8.7 ശതമാനം വീതം. 2011–12 ൽ ചൈന നേടിയത് 7.4 ശതമാനം ദേശീയ വരുമാന വളർച്ചനിരക്കാണ്. പക്ഷെ ചൈനക്ക് ദാരിദ്ര്യവും തൊഴിലില്ലായ്മയും പരിഹരിക്കാൻ കഴിഞ്ഞു. വിലക്കയറ്റം നിയന്ത്രിക്കാനും കഴിഞ്ഞു. വിലക്കയറ്റ നിരക്ക് 2 ശതമാനമാണ് ചൈനയിൽ. ഇന്ത്യയിൽ 9.9 ശതമാനവും.

നിഗമനം വ്യക്തമാണ്. ദേശീയ വരുമാന വളർച്ചനിരക്കല്ല യഥാർഥ ജീവിതാവസ്ഥയുടെ അളവുകോൽ. എല്ലാവർക്കും തൊഴിൽ, തൊഴിലിൽ നിന്നും ന്യായമായ വരുമാനം, വരുമാനംകൊണ്ട് കുറഞ്ഞ ചെലവിൽ ജീവിതാവശ്യങ്ങൾ നിർവഹിക്കാനാവുക – ഇതാണ് വികസനത്തിന്റെ ശരിയായ ഉള്ളടക്കം. എല്ലാവർക്കും ഭക്ഷണവും പാർപ്പിടവും വസ്ത്രവും വിദ്യാഭ്യാസവും ആരോഗ്യസുരക്ഷയും ഉറപ്പാക്കപ്പെടുമ്പോൾ മാത്രമാണ് വികസന ലക്ഷ്യം പൂർത്തീകരിക്കപ്പെടുക. അഥവാ, കേവലമായ ഉൽപ്പാദന–വരുമാനവർധനകൊണ്ടായില്ല. ആ വർധനയിൽ എല്ലാവർക്കും പങ്കാളിത്തമുണ്ടാക പരമപ്രധാനമാണ്.

ദേശീയ വരുമാന വർധന സാമ്പത്തിക വളർച്ചയുടെ അളവുകോലായി ചിത്രീകരിക്കപ്പെടുന്നു. സാമ്പത്തിക ചടുലതയുടെ ചിഹ്നമായി ഓഹരിവില സൂചികയും ചിത്രീകരിക്കപ്പെടുന്നു. വഞ്ചനാപരമാണ് രണ്ടു മാനദണ്ഡങ്ങളും. ആകെ ജനസംഖ്യയുടെ നാമമാത്രഭാഗം മാത്രമാണ് ഓഹരി വ്യാപാരത്തിൽ ഇടപെടുന്നത്. വിദേശ ധന മൂലധനത്തിന്റെ ഇരമ്പിക്കയറ്റം സൃഷ്ടിക്കുന്ന കൃത്രിമമായ ഓഹരി വിലക്കയറ്റം രാജ്യത്തെ മൊത്തം സാമ്പത്തികസ്ഥിതിയുടെ അടയാളമായി കണക്കാക്കാനാവില്ല. ദാരിദ്ര്യവും തൊഴിലില്ലായ്മയും കാർഷിക–വ്യവസായ തകർച്ചയും തുടരുമ്പോഴും ഓഹരിവില സൂചിക ഉയരുന്നു. അതായത് ഉൽപ്പാദനമേഖലയും ധനമേഖലയും തമ്മിൽ ബന്ധമില്ലാതാവുന്നു. ധനമേഖലയുടെ ഭാഗമാണ് ഓഹരി വിപണികളും കടപ്പത്രങ്ങളും ഡെറിവേറ്റിവുകളും ബാങ്കുകൾ തുടങ്ങിയ ധനകാര്യസ്ഥാപനങ്ങളും. ഉൽപ്പാദനമേഖലയുടെ ഭാഗമാണ് നിക്ഷേപവും, കൃഷി, വ്യവസായം, സേവനമേഖലകളും തൊഴിലവസരങ്ങളും മറ്റും. രണ്ടും തമ്മിലെ ബന്ധമില്ലായ്മ ധനമൂലധനത്തിന്റെ ആഗോളവൽക്കരണം സൃഷ്ടിച്ച വിപത്താണ്. നിശ്ചലമായ ഉൽപ്പാദന വ്യവസ്ഥക്കുമേൽ ചലനാത്മകമായ ധനമേഖല സാധ്യമാണെന്നർഥം. അമേരിക്കയിലും യൂറോപ്യൻ യൂണിയൻ രാജ്യങ്ങളിലും രൂക്ഷമായ തൊഴിലില്ലായ്മയും ഉൽപ്പാദനതകർച്ചയും നേരിട്ട സന്ദർഭത്തിൽ തന്നെയാണ് ബാങ്കുകളും ഇൻഷുറൻസ് കമ്പനികളും പെൻഷൻ ഫണ്ടുകളും തിമിർത്താടിയത്. ഒടുവിൽ അവ സ്വാഭാവികമായ പതനത്തെ (സാമ്പത്തിക പ്രതിസന്ധിയെ) നേരിട്ടു എന്നത് മറ്റൊരു കാര്യം. സാമ്രാജ്യത്വ രാജ്യങ്ങൾ സൃഷ്ടിച്ച മാതൃക, ചോദ്യം ചെയ്യപ്പെടാതെ ഇന്ത്യ പകർത്തുകയാണ് ചെയ്യുന്നത്.

നിക്ഷേപവും ഉൽപ്പാദനവും വിൽപ്പനയും ലാഭവും പരസ്പരം ബന്ധപ്പെട്ട മുതലാളിത്ത വളർച്ചാരീതി സാമ്രാജ്യത്വം എന്നേ കയ്യൊഴിഞ്ഞു. പകരം അത് ധനമൂലധനത്തിന്റെ ചൂതാട്ട വ്യവസ്ഥയിലേക്ക് ചുവടുറപ്പിച്ചു.

സെൻട്രൽ സ്റ്റാറ്റിസ്റ്റിക്കൽ ഓർഗനൈസേഷൻ 2013 ഫെബ്രുവരി 12 നു ലഭ്യമാക്കിയ സ്ഥിതിവിവരക്കണക്ക് പ്രകാരം, ഇന്ത്യയുടെ വ്യവസായ ഉൽപ്പാദനം വൻ തകർച്ചയെ നേരിടുകയാണ്. താഴെ കണക്കുകൾ കാണുക

വ്യവസായ ഉൽപ്പാദന സൂചിക
(ശതമാനം)

	2011 ഡിസംബർ	2012 ഡിസംബർ
മൊത്തം വ്യവസായോൽപ്പാദനം	2.7	–0.6
ഖനനം	–3.3	–4.0
നിർമിത ഉൽപ്പന്ന വ്യവസായം	2.8	–0.7
വൈദ്യുതി	9.1	5.2

(അവലംബം: സി എസ് ഒ)

മുഖ്യ സൂചികകളെല്ലാം താഴോട്ടാണെന്നു മേൽ കൊടുത്ത പട്ടിക തെളിയിക്കുന്നു.

പക്ഷെ ഓഹരിവിപണിയിലേക്കുള്ള ധനമൂലധനത്തിന്റെ കുത്തൊഴുക്കു തുടരുകയാണ്. 2013 ൽ ആദ്യത്തെ ഒന്നരമാസത്തിനിടെ 39270 കോടിരൂപയുടെ വിദേശ ഓഹരി മൂലധനനിക്ഷേപം നടത്തപ്പെട്ടു എന്നു മുൻ അധ്യായത്തിൽ വിശദീകരിച്ചിട്ടുണ്ട്. സാമ്രാജ്യത്വ ഓഹരിവിപണികളിലെ നിക്ഷേപം ലാഭകരമല്ലെന്നോ സുരക്ഷിതമല്ലെന്നോ ഉള്ള ആശങ്കയാണ് ഇന്ത്യൻ ഓഹരികമ്പോളം ആകർഷകമാകാനുള്ള കാരണം.

ദേശീയ വരുമാന വർധനയുടെ ഉയർച്ച–താഴ്ചകൾ സംബന്ധിച്ച് റിസർവ് ബാങ്കും, സി എസ് ഒ യും അന്തർദേശീയ ധനകാര്യസ്ഥാപനങ്ങളും, വിവിധ റേറ്റിങ് ഏജൻസികളും പുറത്തുവിടുന്ന കണക്കുകൾ സാധാരണക്കാരെ തെല്ലും സന്തോഷിപ്പിക്കുകയോ വ്യാകുലപ്പെടുത്തുകയോ ചെയ്യുന്നില്ല. 2006–07 ൽ സമ്പദ്വ്യവസ്ഥ 9.6 ശതമാനം വളർച്ച നേടിയ വസ്തുതയും 2012–13 ൽ അത് 5.5 ശതമാനമായി ഇടിഞ്ഞ വസ്തുതയും അവരെ തെല്ലും അലോസരപ്പെടുത്തുന്നില്ല. കാരണം 9.6 ശതമാനം വളർച്ചനിരക്ക് അവരുടെ ജീവിതാവസ്ഥയിൽ ഒരു മാറ്റവും ഉണ്ടാക്കിയില്ല എന്ന് അവർ അനുഭവത്തിലൂടെ തിരിച്ചറിയുന്നുണ്ട്. അതുകൊണ്ട് 5.5 ശതമാനം വളർച്ച നിരക്കിനെച്ചൊല്ലിയും അവർക്കു വേവലാതിയില്ല. വളർച്ചാനിരക്കും ജീവിതാവസ്ഥയും തമ്മിൽ ഒരു ബന്ധവു

മില്ലെന്ന് ഇന്ത്യ തെളിയിച്ചുകൊണ്ടിരിക്കുകയാണ്. മറ്റൊന്നു കൂടി തെളിയിക്കുന്നുണ്ട്. കൂടിയ വളർച്ചാനിരക്ക് സമ്പന്നരെ അതിസമ്പന്നരാക്കുന്ന വസ്തുത. ദേശീയ വരുമാനം ഉയരുമ്പോഴും, കാർഷിക വളർച്ച പിന്നോട്ടാണെന്ന വസ്തുത ജീവിതാനുഭവത്തിൽ നിന്നും അവർ ഉൾക്കൊള്ളുന്നു. സ്ഥിതിവിവരക്കണക്കുകളും അതു ശരിവെയ്ക്കുന്നു. 2010–11 ൽ കാർഷിക മേഖല മുൻവർഷത്തെ അപേക്ഷിച്ച് 6.8 ശതമാനം വളർന്നു. 2011–12 ൽ കൈവരിച്ചത് 2.3 ശതമാനം മാത്രം. 2012–13 ൽ വളർച്ചനിരക്ക് വീണ്ടും ഇടിഞ്ഞു. പ്രതിദിന ചെലവിന് 20 രൂപപോലും ലഭിക്കാത്ത 77 ശതമാനം ജനങ്ങളോട് അവരുടെ ആളോഹരി വരുമാനം (2004–05 ലെ വില നിരക്കിൽ) 38037 രൂപയാണെന്നു പറഞ്ഞാൽ എന്തുപ്രതികരണമാണുണ്ടാവുക? 2011–12 ലെ വില നിരക്കനുസരിച്ച് ആളോഹരി വരുമാനം 61564രൂപയാണെന്നു പറഞ്ഞാലോ? (കണക്കുകൾക്ക് അവലംബം: സി എസ് ഒ) ആളോഹരി പ്രതിദിന വരുമാനം 167 രൂപയായാലോ? അതായത്, മുകേഷ് അംബാനിയുടെയും ലക്ഷ്മി മിറ്റലിന്റെയും തൊഴിൽരഹിതന്റെയും കൂലിപ്പണിക്കാരന്റെയും കൈത്തൊഴിലുകാരന്റെയും ഭൂവുടമയുടെയും ഭൂരഹിതന്റെയും, വിദ്യാർഥിയുടെയും അഞ്ചുവയസ്സുകാരന്റെയും എൺപതുവയസുകാരന്റെയും പ്രതിവർഷവരുമാനം 61,564 രൂപ!!

ദേശീയ വരുമാന വർധനയിൽ അഭിരമിക്കുന്ന ഒരു വിഭാഗമുണ്ട്: സാമ്പത്തിക വിദഗ്ധർ, ഭരണകർത്താക്കൾ, മാധ്യമങ്ങൾ. പുരോഗതിയുടെ താക്കോലായി അവർ ദേശീയ വരുമാനവർധനയെ കാണുന്നു. രാജ്യപുരോഗതി ദേശീയ വരുമാന വർധനയിൽ അധിഷ്ഠിതമാണെന്നു ജനങ്ങളെ തെറ്റിദ്ധരിപ്പിക്കാൻ ശ്രമിച്ചു കൊണ്ടിരിക്കുന്നു.

കഴിഞ്ഞ മുപ്പതുവർഷത്തിനിടെ, ഏറ്റക്കുറച്ചിലുകൾ ഉണ്ടായെങ്കിലും, ശരാശരി 6.5 ശതമാനം നിരക്കിൽ ദേശീയ വരുമാനം വർധിച്ചു. പക്ഷെ, മനുഷ്യവികസന സൂചികയിൽ ഇന്ത്യ തുടങ്ങിയിടത്തു തന്നെ തുടരുന്നു.

ദാരിദ്ര്യത്തിന്റെ നല്ലൊരു സൂചികയാണ് ആളോഹരി ഭക്ഷ്യലഭ്യത. 1991 ൽ ഒരാൾക്ക് പ്രതിദിനം 510.1 ഗ്രാം ഭക്ഷ്യധാന്യങ്ങൾക്കും പയറുവർഗങ്ങൾക്കും അർഹതയുണ്ടായിരുന്നു. അത്രയും ലഭിച്ചു എന്നല്ല. ശരാശരിയുടെ കണക്കാണത്. അത്രയും ലഭിക്കാത്തവർ കോടിക്കണക്കിനു വരും. ഏതായാലും 2002 ആയപ്പോഴേക്കും ഭക്ഷ്യലഭ്യത കൂടുകയല്ല കുറയുകയാണുണ്ടായത്. 494.1 ഗ്രാം ആയി കുറഞ്ഞു. 2009 ൽ 444 ഗ്രാം ആയിരുന്നു ഭക്ഷ്യലഭ്യത. 2011–12 ൽ അത് 423.7 ഗ്രാമിലെത്തി. രാജ്യത്ത് ഏറ്റവും കൂടുതൽ ഭക്ഷ്യധാന്യങ്ങൾ ഉൽപ്പാദിപ്പിക്കുകയും ഒരു ലക്ഷം ടൺ അരികയറ്റുമതി നടത്തുകയും ചെയ്ത 2011 –12 ലാണ് ഈ വൈരുധ്യം. *(അവലംബം: സാമ്പത്തിക സർവെ)*

ദേശീയ കുടുംബാരോഗ്യ സർവെ
(2005–06)

1.	6–35 മാസം പ്രായമായ കുഞ്ഞുങ്ങളിൽ വിളർച്ച രോഗമുള്ളവർ	79.2%
2.	പ്രായത്തിനൊത്ത പൊക്കമില്ലാത്ത കുഞ്ഞുങ്ങൾ	38%
3.	പ്രായത്തിനൊത്ത വണ്ണമില്ലാത്ത കുഞ്ഞുങ്ങൾ	19%
4.	പ്രായത്തിനൊത്ത തൂക്കമില്ലാത്ത കുഞ്ഞുങ്ങൾ	46%
5.	15–49 പ്രായക്കാരായ വിവാഹിത സ്ത്രീകളിൽ വിളർച്ച രോഗബാധിതർ	56%

2005–06 ലെ ദേശീയ കുടുംബാരോഗ്യസർവെ പോഷകാഹാരക്കുറവിന്റെ ദയനീയ ചിത്രം അനാവരണം ചെയ്യുന്നുണ്ട്. മൂന്നു വയസ്സിനു താഴെ പ്രായമുള്ള കുഞ്ഞുങ്ങളിൽ 79.2 ശതമാനവും വിളർച്ച രോഗബാധിതരാണ്. ഗ്രാമങ്ങളിൽ ഇവരുടെ സംഖ്യ കൂടുതലാണ്. 81.2 ശതമാനം. 15–40 പ്രായപരിധിയിലുള്ള വിവാഹിതരായ സ്ത്രീകളിൽ 59 ശതമാനവും വിളർച്ച രോഗമുള്ളവരാണ്. മൂന്നുവയസിനു താഴെയുള്ള 38 ശതമാനം കുഞ്ഞുങ്ങൾക്കും പ്രായത്തിനൊത്ത പൊക്കമില്ല. 46 ശതമാനത്തിന് പ്രായത്തിനൊത്ത തൂക്കമില്ല. ഭാവി ഇന്ത്യയുടെ വാഗ്ദാനങ്ങളുടെ കഥയാണിത്.

അടിസ്ഥാന സൗകര്യങ്ങളുടെ കാര്യത്തിലും ഇന്ത്യ പുറകിലാണ്. നാമമാത്രമെങ്കിലും സൗകര്യമുള്ള വീടുകൾ 41.4 ശതമാനം പേർക്കേ ഉള്ളൂ. വൈദ്യുതി വെളിച്ചമില്ലാത്തവയാണ് 32 ശതമാനം വീടുകളും. അവർ മണ്ണെണ്ണ വിളക്കുകളെ ആശ്രയിക്കുന്നു. കുട്ടികളുടെ പഠനവും മണ്ണെണ്ണ വിളക്കിനു ചുവട്ടിൽ തന്നെ. 2011 ലെ സെൻസസ് പ്രകാരം, 53.10 ശതമാനം വീടുകൾക്ക് കക്കൂസ് സൗകര്യമില്ല. പൈപ്പ് വെള്ളം 44.50 ശതമാനം വീടുകൾക്കേയുള്ളൂ. ഡ്രെയ്നേജ് സൗകര്യമില്ലാത്ത വീടുകൾ 41.60 ശതമാനമാണ്.

ഐക്യരാഷ്ട്ര സംഘടനയ്ക്കു കീഴിലെ യു എൻ ഡി പി റിപ്പോർട്ട് പ്രകാരം 193 രാജ്യങ്ങളുടെ മനുഷ്യവികസനപട്ടികയിൽ ഇന്ത്യയുടെ സ്ഥാനം 138 –ാമതാണ്.

ആഗോളവൽക്കരണം ഉൽപ്പാദനം വളർത്തി ഇന്ത്യയെ ലോകരാജ്യങ്ങളുടെ മുൻനിരയിൽ എത്തിക്കുമെന്നായിരുന്നു പ്രചാരണം. പക്ഷെ ഇന്ത്യ ദരിദ്രരുടെ രാജ്യമായി തുടരുന്നു.

ദാരിദ്ര്യത്തെക്കുറിച്ച് പല ഏജൻസികളും സ്ഥാപനങ്ങളും വ്യക്തികളും പഠനങ്ങൾ നടത്തിയിട്ടുണ്ട്. ദാരിദ്ര്യരേഖക്കു താഴെ കഴിയുന്നവരെ സംബന്ധിച്ച് വ്യത്യസ്തങ്ങളായ നിഗമനങ്ങളാണ് ഓരോന്നും പങ്കുവയ്ക്കുന്നത്. നിർവചനം സംബന്ധിച്ചു ഐക്യരൂപ്യമില്ലായ്മയാണ് വ്യത്യസ്തതക്കു കാരണം. എന്നാൽ എല്ലാ പഠനങ്ങളും വിരൽ ചൂണ്ടുന്നത് ഒരു പ്രമുഖ വസ്തുതയിലേക്കാണ്. ഇന്ത്യയിൽ ദാരിദ്ര്യം മുഖ്യപ്രശ്ന

മായി തുടരുകയാണ്. ഒപ്പം അസമത്വവും. വികസനത്തിന്റെ ഫലം സമ്പന്നർ കയ്യടക്കുന്നതാണ് ദാരിദ്ര്യത്തിനു കാരണം.

ഒരു നിശ്ചിത അളവ് (ഗ്രാമങ്ങളിൽ പ്രതിദിനം ഒരാൾക്ക് 2300 കലോറിയും പട്ടണങ്ങളിൽ 2100 കലോറിയും) ഭക്ഷണത്തിനുള്ള വരുമാനം എന്നാണ് ദാരിദ്ര്യത്തിന്റെ നിർവചനം. വരുമാന ദാരിദ്ര്യം എന്നു അതിനെ വിശേഷിപ്പിക്കാം. വാസ്തവത്തിൽ ഒരു വ്യക്തിക്ക് സമൂഹത്തിൽ അന്തസ്സായി ജീവിക്കാൻ മറ്റൊട്ടേറെ ഘടകങ്ങൾ ആവശ്യമാണ്. ഭൂമി, വീട്, തൊഴിൽ, വിദ്യാഭ്യാസം, ആരോഗ്യസുരക്ഷ, കുടിവെള്ളം, വൈദ്യുതി അങ്ങനെ പലതും. ഇവയൊന്നും വരുമാന ദാരിദ്ര്യ നിർവചനത്തിൽ പെടുന്നില്ല എന്നതാണ് നിർവചനത്തിന്റെ പോരായ്മ. മിനിമം ഭക്ഷ്യഊർജം പോലും ലഭിക്കാത്തവരെ ദരിദ്രർ എന്നല്ല വിളിക്കേണ്ടത്. മുഴുപട്ടിണിക്കാർ എന്നോ പരമ ദരിദ്രർ എന്നോ ആണ്. ദാരിദ്ര്യരേഖക്ക് 75 ശതമാനം താഴെ കവിയുന്നവരാണ് പരമദരിദ്രർ.

2004–05 ലെ നാഷണൽ സാമ്പിൾ സർവെയുടെ അടിസ്ഥാനത്തിൽ ദാരിദ്ര്യരേഖയുടെ മാനദണ്ഡമായി പ്ലാനിങ് കമ്മീഷൻ അംഗീകരിച്ചത് ഗ്രാമങ്ങളിൽ പ്രതിമാസവരുമാനം 356.30 രൂപയും (പ്രതിദിനം 11.88 രൂപ) പട്ടണങ്ങളിൽ പ്രതിമാസ വരുമാനം 538.60 (പ്രതിദിനം 17.957) രൂപയും എന്നാണ്. പ്രസ്തുത മാനദണ്ഡപ്രകാരം ഗ്രാമീണരിൽ 28.3 ശതമാനവും പട്ടണങ്ങളിൽ 27.9 ശതമാനവും ദരിദ്രരാണ്. (ശരാശരി 27.9 ശതമാനം) 2005 ലെ ജനസംഖ്യ 111 കോടിയായിരുന്നു. 27.9 ശതമാനമെന്നാൽ 31 കോടി ഇന്ത്യക്കാർ.

പ്രധാനമന്ത്രിയുടെ മുൻ സാമ്പത്തിക ഉപദേഷ്ടാവ് സുരേഷ് ടെണ്ടുൽക്കർ ഗ്രാമങ്ങളിൽ പ്രതിദിന വരുമാനം 22.40 രൂപയും പട്ടണങ്ങളിൽ 28.65 രൂപയെന്നും കണക്കാക്കി. അതുപ്രകാരം 2009–10 ൽ 29.8 ശതമാനം ജനങ്ങൾ ദാരിദ്ര്യരേഖക്കു താഴെ കഴിയുന്നവരായിരുന്നു. 2009 ലെ ജനസംഖ്യ116 കോടിയായിരുന്നു. അഥവാ 35.47 കോടി ദരിദ്രർ.

പ്ലാനിങ് കമ്മീഷൻ 2011 സെപ്തംബറിൽ സുപ്രീംകോടതിയിൽ സമർപ്പിച്ച പ്രസ്താവനയിൽ സ്വീകരിച്ച മാനദണ്ഡം ഗ്രാമങ്ങളിൽ പ്രതിദിനം 25.33 രൂപയും പട്ടണങ്ങളിൽ 32.25 രൂപയുമാണ്. പ്രതിമാസം യഥാക്രമം 760 രൂപയും പട്ടണങ്ങളിൽ 968.50 രൂപയും.

മിനിമം ഭക്ഷ്യ ഊർജവും അതുലഭിക്കാൻ വേണ്ട വരുമാനവും എന്ന നിലയ്ക്ക് ദാരിദ്ര്യം നിർവചിക്കുന്നത് അങ്ങേയറ്റം അശാസ്ത്രീയമാണ്. കൂടുതൽ ശാസ്ത്രീയമായ മാനദണ്ഡങ്ങളുടെ അടിസ്ഥാനത്തിലുള്ള പഠനങ്ങൾ ഇപ്പോൾ ലഭ്യമാണ്. അവയിൽ പ്രമുഖമാണ് ഐക്യരാഷ്ട്രസഭയുടെ കീഴിലുള്ള യു എൻ ഡി പി യ്ക്കു വേണ്ടി ഓക്സ്ഫോർഡ് പോവർട്ടി ആന്റ് ഹ്യൂമൻ ഡെവലപ്മെന്റ് ഇനിഷ്യേറ്റിവ് (DPHI) ആവിഷ്കരിച്ച ബഹുമുഖ ദാരിദ്ര്യ സൂചിക (Multi-dimensional poverty index). വിദ്യാഭ്യാസം, ആരോഗ്യം, ജീവിത നിലവാരം എന്നീ മൂന്നു കാര്യങ്ങൾ ഉൾക്കൊള്ളുന്ന പത്തുഘടകങ്ങളുടെ അടിസ്ഥാനത്തിലാണ്

ദാരിദ്ര്യത്തെ നിർവചിക്കുന്നത്. സ്കൂൾ വിദ്യാഭ്യാസ കാലയളവ്, സ്കൂൾ പ്രവേശനനിരക്ക്, ശിശു മരണനിരക്ക്, പോഷകാഹാരലഭ്യത, വൈദ്യുതി, കുടിവെള്ളം, പരിസര ശുചിത്വം, വീടിന്റെ തറയുടെ സ്വഭാവം, പാചകഇന്ധനം, ആസ്തികൾ എന്നിവയാണ് പത്തു ഘടകങ്ങൾ. ലോകജനസംഖ്യയുടെ 78 ശതമാനത്തെ ഉൾക്കൊള്ളുന്ന ഇന്ത്യയുൾപ്പെടെ 104 രാജ്യങ്ങളെയാണ് പഠനവിധേയമാക്കിയത്. പഠനപ്രകാരം ഇന്ത്യയുടെ ജനസംഖ്യയിൽ 55 ശതമാനം ദാരിദ്ര്യരേഖക്ക് താഴെ കഴിയുന്നു.

അധഃകൃതവർഗവിഭാഗത്തിലെ 81 ശതമാനവും അധഃകൃതജാതിയിലെ 66 ശതമാനവും മറ്റു പിന്നോക്കക്കാരിൽ 58 ശതമാനവും ദാരിദ്ര്യരേഖക്ക് താഴെയാണ്.

സംസ്ഥാനങ്ങൾ തമ്മിൽ ദാരിദ്ര്യത്തിന്റെ തോതിൽ അന്തരമുണ്ട്. 16 ശതമാനമാണ് കേരളത്തിൽ ദാരിദ്ര്യരേഖക്കു താഴെ. ബീഹാറിൽ അത് 80 ശതമാനമാണ്. രാജ്യത്തെ 42.1 കോടി ദരിദ്രർ ബീഹാർ, ചത്തീസ്ഗഡ്, ഝാർഖണ്ഡ്, മധ്യപ്രദേശ്, ഒറീസ, രാജസ്ഥാൻ, വെസ്റ്റ് ബംഗാൾ, ആസാം എന്നീ എട്ടു സംസ്ഥാനങ്ങളിലാണ്.

ദാരിദ്ര്യം കുറയണമെങ്കിൽ അസമത്വം ഇല്ലാതാക്കണം.. ഉൽപ്പാദനവളർച്ചയും കൈവരിക്കണം. ഉൽപ്പാദനവളർച്ച നേടിയാൽ മാത്രംപോരാ. അതിന്റെ ഗുണഫലങ്ങൾ ദരിദ്രർക്കു ലഭ്യമാവുകയും വേണം. അപ്രകാരം ലഭ്യമാകണമെങ്കിൽ ജനങ്ങൾക്ക് ഭൂമിയോ തൊഴിലോ വേണം. കുറഞ്ഞ വിലക്ക് സാധനങ്ങളും സേവനങ്ങളും ലഭ്യമാക്കുകയും വേണം. ജനാഭിമുഖ്യമുള്ള സമഗ്രമായ ഒരു സാമ്പത്തിക നയത്തിന്റെ ഫലമായി മാത്രമേ ദാരിദ്ര്യം ലഘൂകരിക്കപ്പെടുകയുള്ളൂ. സ്വത്തിന്റെയും വരുമാനത്തിന്റെയും ന്യായയുക്തമായ വിതരണം ഉൽപ്പാദനവളർച്ചയുടെ അടിസ്ഥാനമാണ്. ക്രയശേഷിയുള്ള ജനങ്ങളാണ് ഉൽപ്പാദന പ്രവർത്തനങ്ങൾക്കു പ്രേരണ. ആയതിനാൽ ഇന്ത്യയുടെ ദാരിദ്ര്യത്തിനും പിന്നോക്കാവസ്ഥക്കും കാരണം തേടേണ്ടത് രൂക്ഷമാകുന്ന സാമ്പത്തികാസമത്വത്തിലാണ്.

കൃഷിഭൂമിയുടെ വിതരണഘടന

	കൃഷിക്കാരുടെ എണ്ണം (കോടി)	ശതമാനം	കൃഷിഭൂമിയുടെ ശതമാനം
നാമമാത്ര കൃഷിക്കാർ (ഒരു ഹെക്ടറിൽ താഴെ)	8.37	64.78	18.7%
ചെറുകിട കൃഷിക്കാർ (1 – 2 ഹെക്ടർ)	1.39	18.50	20.2%
വൻകിടക്കാർ (10 ഹെക്ടറിനു മുകളിൽ)	10.95 ലക്ഷം	6.5	37.2%

(അവലംബം: Agricultural statistics in Brief. GOI)

ഏറ്റവും പ്രധാനപ്പെട്ട ഉൽപ്പാനോപാധിയാണ് കൃഷിഭൂമി. ഭൂപ്രഭുക്കളുടെയും ധനികകൃഷിക്കാരുടെയും ഉടമസ്ഥതയിലാണ് രാജ്യത്തെ കൃഷിഭൂമിയിൽ നല്ല പങ്കും. ഭൂരിപക്ഷം ഗ്രാമീണരും ഭൂരഹിതരാണ്. രാജ്യത്തെ മൊത്തം കൃഷിക്കാരിൽ 64.78 ശതമാനം ഒരു ഹെക്ടറിൽ താഴെ മാത്രം ഭൂമിയുള്ള നാമമാത്ര കൃഷിക്കാരാണ്. ചെറുകിട കൃഷിക്കാരെ കൂട്ടിച്ചേർത്താൽ (1–2 ഹെക്ടർ) ആകെ കൃഷിക്കാരുടെ 83.28 ശതമാനമായി. അവർ കൈവശം വെക്കുന്നത് മൊത്തം കൃഷിഭൂമിയുടെ 38.9 ശതമാനം മാത്രമാണ്. നാമമാത്രകൃഷിക്കാരുടെ മാത്രം കൈവശമുള്ളത് 18.7 ശതമാനം കൃഷിഭൂമിയും. പത്തുഹെക്ടറിനു മുകളിൽ ഭൂമിയുള്ളവർ കൃഷിക്കാരുടെ 6.5 ശതമാനമെ വരൂ എങ്കിലും അവർ കൃഷിഭൂമിയുടെ 37.2 ശതമാനം കയ്യടക്കുന്നു.

ഇന്ത്യയിലെ പൊതു ചിത്രത്തിനു വിപരീതമായ സ്ഥിതിയാണ് ഇടതുപക്ഷഭരണത്തിലായിരുന്ന കേരളത്തിലും വെസ്റ്റ് ബംഗാളിലും അതുപോലെ ത്രിപുരയിലും. 2007 സെപ്തംബർ 27 വരെയുള്ള കണക്കനുസരിച്ച് രാജ്യത്ത് ആകെ വിതരണം ചെയ്യപ്പെട്ടത് 49,64,995 ഏക്കർ മിച്ചഭൂമിയാണ്. അതിൽ 11,22,116 ഏക്കർ, അഥവാ 22.6 ശതമാനം വിതരണം നടന്നത് വെസ്റ്റ് ബംഗാളിൽ മാത്രമായിട്ടാണ്. രാജ്യത്ത് മിച്ചഭൂമി ലഭിച്ച ആകെ കൃഷിക്കാരിൽപകുതിയിലേറെയും (54.5 ശതമാനം) വെസ്റ്റ് ബംഗാളിലാണ്. കൃത്യമായി പറഞ്ഞാൽ 29,71,875 കൃഷിക്കാർ. ഭൂപരിഷ്കരണത്തിന്റെ ഫലമായി കേരളത്തിൽ 5.3 ലക്ഷം കുടുംബങ്ങൾക്ക് ഭൂമി ലഭിച്ചു. 26.3 ലക്ഷം കുടികിടപ്പുകാർക്ക് ഭൂമിയിൽ സ്ഥിരാവകാശം ലഭിച്ചു.

ആഗോളവൽക്കരണം ഭൂവുടമസ്ഥതയിലും ഭൂവിനിയോഗത്തിലും വമ്പിച്ച മാറ്റങ്ങളാണ് വരുത്തിക്കൊണ്ടിരിക്കുന്നത്. ഈ മാറ്റങ്ങൾ, കൃഷിയുടെ സാധ്യത തന്നെ ഇല്ലാതാക്കുന്നു. മുതലാളിത്തവികസനത്തിന്റെ ഭാഗമായി സംഭവിക്കുന്നതാണ് ഈ പ്രതിഭാസം. ചരക്കുകൾ നിർമിച്ചു വിൽപ്പന നടത്തി ലാഭം നേടുകയായിരുന്നു മുതലാളിത്ത വികാസത്തിന്റെ സാമ്പ്രദായിക രീതി. ഭൂമി തുടങ്ങിയ ഉൽപ്പാദനോപാധികൾ ഉപയോഗിച്ച് കൃഷി നടത്തുകയും കാർഷികോൽപ്പന്നങ്ങൾ സംസ്കരിച്ച് വ്യവസായ ഉൽപ്പന്നങ്ങൾ നിർമിക്കുകയുമായിരുന്നു രീതി. ഉൽപ്പന്നങ്ങൾ വിൽക്കാൻ വിപണിയും ആവശ്യമായിരുന്നു. ഭൂമിയുടെ മുഖ്യ ഉപയോഗം കൃഷിയായിരുന്നു. മുതലാളിത്തം വികസിച്ച് സാമ്രാജ്യത്വമായി മാറിയതോടെ ധനകാര്യസ്ഥാപനങ്ങളും ധനമൂലധനവും നിർണായക ഘടകങ്ങളായി. എന്തും വിൽപ്പന ചരക്കാക്കുന്ന മുതലാളിത്ത രീതി ഭൂമിയിലേക്കും വ്യാപിച്ചു. ഭൂമിയും, ജലവും കൽക്കരിയും ഇരുമ്പയിരും മറ്റു പ്രകൃതിവിഭവങ്ങളും കച്ചവട ചരക്കുകളായി മാറി. അങ്ങനെ ഭൂമി റിയൽ എസ്റ്റേറ്റ് ഇടപാടിലെ മുഖ്യ ഇനമായിത്തീർന്നു. വൻസ്രാവുകൾ ഈ രംഗത്തു കാലുറപ്പിച്ചു. സർക്കാരുകളിലുള്ള അവരുടെ സ്വാധീനം ഭൂമി കച്ചവടം വ്യാപകമാക്കി. പൊതു ആവശ്യത്തിനെന്നപേരിൽ കൃഷിഭൂമികളും കാർഷികേതര ഭൂമികളും സർക്കാർ ഏറ്റെടുത്ത് ഭൂമാഫിയയെ

ഏൽപ്പിക്കുന്ന രീതി പ്രബലമായി. കൃഷിയോഗ്യമായ ലക്ഷക്കണക്കിനു ഏക്കർ ഭൂമി ഇങ്ങനെ കൈമാറ്റത്തിനും കാർഷികേതര ആവശ്യങ്ങൾക്കും വഴി തിരിച്ചുവിടുന്നതിനാണ് ആഗോളവൽക്കരണം വഴിയൊരുക്കിയത്. ഇന്ത്യയുടെ കാർഷികമേഖല നേരിടുന്ന ഏറ്റവും വലിയ ഭീഷണിയും ഇതുതന്നെ.

ദാരിദ്ര്യത്തിന്റെ ഒരു നഖചിത്രം ലഭിക്കാൻ അസംഘടിത മേഖലയിലെ സ്ഥാപനങ്ങളെ സംബന്ധിച്ച ദേശീയ കമ്മീഷന്റെ റിപ്പോർട്ട് (2009) പരിശോധിച്ചാൽ മതി. അർജ്ജുൻ സെൻഗുപ്ത ചെയർമാനായ പ്രസ്തുത കമ്മീഷൻ 1993–94 മുതൽ 2004–05 വരെയുള്ള സ്ഥിതിവിവരങ്ങളാണ് പഠന വിധേയമാക്കിയത്. രാജ്യത്തെ തൊഴിലെടുക്കുന്നവരിൽ മഹാഭൂരിപക്ഷവും അസംഘടിത മേഖലയിലായതിനാൽ അർജുൻ സെൻഗുപ്തകമ്മീഷൻ റിപ്പോർട്ട് വാസ്തവത്തിൽ രാജ്യത്തെ പൊതുസ്ഥിതിയെക്കുറിച്ചുള്ള റിപ്പോർട്ടു കൂടിയാണ്. ദേശീയ വരുമാനം വർധിക്കുമ്പോഴും പട്ടിണിക്കാർ പെരുകുകയാണെന്നും, അതിനു കാരണം ഭൂരിപക്ഷത്തിനും തൊഴിലോ തൊഴിലുള്ളവർക്കു ന്യായമായ കൂലിയോ ലഭിക്കാത്തതാണെന്നുമാണ് കമ്മീഷന്റെ കണ്ടെത്തൽ. റിപ്പോർട്ടിനോട് സർക്കാർ എങ്ങിനെ പ്രതികരിച്ചു എന്നു അറിയുക കൗതുകകരമാണ്. റിപ്പോർട്ട് സമർപ്പിക്കപ്പെട്ട അന്നുതന്നെ കമ്മീഷൻ പ്രവർത്തനം അവസാനിപ്പിച്ച് വിജ്ഞാപനമിറക്കി. കമ്മീഷൻ ഓഫീസ് അടച്ചു പൂട്ടി.

77 ശതമാനം ജനങ്ങൾക്കും പ്രതിദിനം 20 രൂപയിൽ താഴെ മാത്രമേ വരുമാനമുള്ളൂ എന്ന വസ്തുത ഏറെ പരാമർശിക്കപ്പെടുന്നതും കമ്മീഷന്റെ നിഗമനങ്ങളിൽ പ്രധാനവുമാണ്. കമ്മീഷന്റെ നിഗമനങ്ങൾ ഇങ്ങനെ സംഗ്രഹിക്കാം.

1. രാജ്യത്തെ ജനങ്ങളിൽ 77 ശതമാനത്തിന് ഒരു ദിവസത്തെ ജീവിതച്ചെലവിനു ലഭിക്കുന്നത് 20 രൂപയിൽ താഴെ മാത്രമാണ്.
2. അസംഘടിത മേഖല പ്രത്യേകമെടുത്താൽ പ്രസ്തുത മേഖലയിൽ 79 ശതമാനം തൊഴിലാളികളുടെ പ്രതിദിന വരുമാനം 20 രൂപയിൽ താഴെയാണ്.
3. 83.6 കോടി ജനങ്ങളെ സാമ്പത്തിക വികസനപ്രക്രിയ സ്പർശിച്ചിട്ടേയില്ല.
4. അസംഘടിത മേഖലയിലെ 39.46കോടി ജനങ്ങളിൽ 64 ശതമാനം കാർഷിക മേഖലയിലാണ്.
5. 84 ശതമാനം സ്ത്രീതൊഴിലാളികൾക്ക് മിനിമം വേതനം ലഭിക്കുന്നില്ല.
6. കെട്ടിടനിർമാണമേഖലയിൽ 56 ശതമാനം പുരുഷന്മാരും 39 ശതമാനം സ്ത്രീകളും താൽക്കാലികതൊഴിലാളികളാണ്.
7. കാർഷിക തൊഴിലാളികളിൽ 90 ശതമാനവും ഒരു ഹെക്ടറിൽ താഴെ ഭൂമിയുള്ളവരോ, ഭൂമിയില്ലാത്തവരോ ആണ്.
8. സ്ത്രീ–പുരുഷ വേതനനിരക്കുകളിൽ വിപുലമായ അന്തരമുണ്ട്.

ഗ്രാമീണ മേഖലയിൽ പുരുഷതൊഴിലാളികളുടെ പ്രതിദിനവേതനം 55 രൂപയും സ്ത്രീകളുടേത് 35 രൂപയുമാണ്. പട്ടണങ്ങളിൽ യഥാക്രമം 74 രൂപയും 44 രൂപയുമാണ്.

9. അസംഘടിത മേഖലയിലെ തൊഴിൽ നിയമങ്ങൾക്കും ഏകീകൃത രൂപമില്ല. നിയമങ്ങളുള്ള സംസ്ഥാനങ്ങളിൽ അവ ഫലപ്രദമായി നടപ്പാക്കപ്പെടുന്നുമില്ല.

സംഘടിത മേഖലയും കമ്മീഷൻ പഠനവിധേയമാക്കിയിട്ടുണ്ട്. 1983 –84 മുതൽ 1993–94 വരെ പത്തുവർഷക്കാലത്ത് തൊഴിലവസരങ്ങൾ 2 ശതമാനം വർധിച്ചു. എന്നാൽ 1993–94 മുതൽ 2004 – 05 വരെയുള്ളപത്തുവർഷം വർധനനിരക്ക് 1.85 ശതമാനം കണ്ട് ഇടിഞ്ഞു. അതായത് സംഘടിതമേഖലയിലെ തൊഴിലവസരം കുറഞ്ഞു. തൊഴിൽ നഷ്ടപ്പെട്ടവരും തൊഴിൽ ലഭിക്കാത്തവരും അസംഘടിത മേഖലയിൽ കുറഞ്ഞ കൂലിക്കു തൊഴിലെടുക്കാൻ നിർബന്ധിതരായി.

സ്വത്തിലും വരുമാനത്തിലും അസമത്വം രൂക്ഷമായിക്കൊണ്ടിരുന്ന പശ്ചാത്തലത്തിലാണ് ആഗോളവൽക്കരണ നയം സ്വീകരിക്കപ്പെടുന്നത്. അസമത്വം മൂർച്ഛിക്കുന്നതിന് ആഗോളവൽക്കരണം ഇടവരുത്തി. സാധാരണക്കാരുടെ ജീവിതം മെച്ചപ്പെട്ടില്ലെന്നു മാത്രമല്ല ശോചനീയമാവുകയും ചെയ്തു.

ആഗോളവൽക്കരണം ആരംഭിച്ച 1991–92 ൽ റിസർവ് ബാങ്ക് നടത്തിയ പഠനത്തിന്റെ വിവരങ്ങൾ കാണുക:

കുടുംബങ്ങൾ, ആസ്തികൾ, വിതരണം, ഘടന

	ഗ്രാമങ്ങൾ *(ശതമാനം)*		പട്ടണങ്ങൾ *(ശതമാനം)*	
	കുടുംബങ്ങൾ	ആസ്തി	കുടുംബങ്ങൾ	ആസ്തി
20,000 രൂപയിൽ താഴെ	27.0	2.4	33.5	1.4
20,000–50,000	23.8	7.5	17.2	3.9
50,000–1,00,000	20.9	14.0	16.0	8.0
1,00,000–2,50,000	18.8	27.3	19.0	20.8
2,50,000 ത്തിനു മുകളിൽ	9.6	48.8	14.2	65.8

(അവലംബം: RBI - All India Debt and Investment survey 1991–92)

1991–92 ൽ അരലക്ഷം രൂപയിൽ താഴെ ആസ്തിയുള്ള 50.8 ശതമാനം ഗ്രാമീണ കുടുംബങ്ങളാണ് ഉണ്ടായിരുന്നത്. പക്ഷെ, ഗ്രാമീണ ആസ്തിയുടെ 9.9 ശതമാനം മാത്രമാണ് അവർക്കുലഭിച്ചത്. ഗ്രാമീണ ആസ്തികളിൽ മുഖ്യം കൃഷിഭൂമിയും കന്നുകാലികളും തന്നെ. ഭൂമിയുടെ അസന്തുലിത വിതരണത്തെയാണ് അസമത്വം സൂചിപ്പിക്കുന്നത്. പട്ട

ണങ്ങളിലെ കുടുംബങ്ങളിൽ 50.7 ശതമാനത്തിനു ലഭിച്ചിരുന്നത് 5.3 ശതമാനം ആസ്തിയും. നേരെമറിച്ച്, രണ്ടരലക്ഷം രൂപക്കു മേൽ ആസ്തിയുള്ള ഗ്രാമീണ കുടുംബങ്ങൾ 9.6 ശതമാനമായിരുന്നെങ്കിലും അവർ കയ്യടക്കി അനുഭവിച്ചത് 48.8 ശതമാനം ഗ്രാമീണ ആസ്തിയാണ്. പട്ടണത്തിൽ അതു യഥാക്രമം 14. 2 ശതമാനവും 65.8 ശതമാനവുമാണ്.

ആഗോളവൽക്കരണ കാലത്ത് സാമ്പത്തികാ സമത്വം രൂക്ഷമായി എന്നു പഠനങ്ങൾ തെളിയിക്കുന്നു. പട്ടിക കാണുക

ദേശീയ വരുമാന വിതരണം
ദേശീയവരുമാനത്തിന്റെ വിഹിതം

	മുകൾത്തട്ടിലെ 20% പേരുടെ വിഹിതം	താഴെത്തട്ടിലെ 60% പേരുടെ വിഹിതം
1993–94	36.7%	38.6%
2009–10	53.2%	27.9%

(അവലംബം: National Council of Applied Economic Research)

മുകൾത്തട്ടിലെ 20 ശതമാനം ജനങ്ങൾക്ക് 1993–94 ൽ ലഭിച്ചത് ദേശീയ വരുമാനത്തിന്റെ 36.7ശതമാനമായിരുന്നെങ്കിൽ, 2009–10 ആയപ്പോഴേക്കും അവരുടെ വിഹിതം ക്രമാതീതമായി വർധിച്ച് 53.2 ശതമാനത്തിലെത്തി. അതായത് ജനസംഖ്യയിൽ അഞ്ചിലൊന്ന് വിഭാഗം ദേശീയ വരുമാനത്തിന്റെ പകുതിയിലേറെയും കയ്യടക്കുന്ന സ്ഥിതിയുണ്ടായി. അതിനുള്ള കാരണവും പട്ടികയിൽ നിന്നും വായിച്ചെടുക്കാം. താഴെത്തട്ടിലെ 60 ശതമാനം ജനങ്ങൾക്ക് ദേശീയ വരുമാനത്തിന്റെ 38.6 ശതമാനം ലഭിച്ചിരുന്നത് 2009–10 ൽ 27.9 ശതമാനമായി കുറഞ്ഞു. താഴ്ന്ന വരുമാനക്കാരുടെ വിഹിതത്തിൽ വൻചോർച്ചയുണ്ടായി. സ്വത്തും വരുമാനവും ധനികരിലേക്ക് ഒഴുകി.

ഗുണപാഠം വ്യക്തമാണ്. ആഗോളവൽക്കരണം അസമത്വം മൂർച്ഛിപ്പിച്ചു. ദാരിദ്ര്യം പെരുപ്പിച്ചു.

5

വിലക്കയറ്റം - ജനങ്ങളുടെ മേലുള്ള അതിക്രമം

അതിരൂക്ഷമായ വിലക്കയറ്റമാണ് രാജ്യം നേരിടുന്നത്. എല്ലാത്തരം സാധനങ്ങളുടെയും വിലകൾ ക്രമാതീതമായി ഉയർന്നുകൊണ്ടിരിക്കുന്നു. ഭക്ഷ്യവസ്തുക്കൾ, കെട്ടിട നിർമാണ സാമഗ്രികൾ, അസംസ്കൃത പദാർഥങ്ങൾ, ഔഷധങ്ങൾ, തുണിത്തരങ്ങൾ തുടങ്ങി സകലതിനും തീപിടിച്ച വിലയാണ്. കയ്യിലുള്ള പണം ഒന്നിനും തികയാത്ത നിസ്സഹ യാവസ്ഥയിലാണ് ജനങ്ങൾ. റിസർവ് ബാങ്കിന്റെ കറൻസി നോട്ടുകൾ വെറും കടലാസുകഷണങ്ങളായി മാറുന്ന അവസ്ഥ. നൂറുരൂപ മാറിയാൽ മണിക്കൂറുകൾക്കകം തീരുന്ന നിലവിട്ട് അഞ്ഞൂറു രൂപമാറിയാൽ മിനു ട്ടുകൾക്കകം തീരുന്ന അവസ്ഥ.

കുറഞ്ഞ വരുമാനക്കാരും നിശ്ചിത വരുമാനക്കാരുമാണ് ഏറ്റവും കഷ്ടപ്പെടുന്നത്. കടം വാങ്ങുകയല്ലാതെ അവർക്കു മുന്നിൽ മാർഗങ്ങളി ല്ല. അതല്ലെങ്കിൽ കുറച്ചുമാത്രം സാധനങ്ങൾ വാങ്ങി മുണ്ടുമുറുക്കിയു ടുത്തു ജീവിക്കണം. സിമന്റ്, കമ്പി, മണൽ, പാറ എന്നിവയുടെ വിലക്ക യറ്റം കെട്ടിട നിർമാണം സ്തംഭനത്തിലെത്തിച്ചിരിക്കുന്നു. പാവങ്ങൾക്ക് സ്വന്തമായൊരു വീട് സ്വപ്നമായി മാറുന്നു. തൊഴിലാളികൾക്കാകട്ടെ ജോലിയുമില്ല.

വിലക്കയറ്റത്തിന്റെ ഒരു പ്രത്യേകത, തുടങ്ങിയിടത്തേക്ക് ഒരിക്കലും അതു തിരിച്ചുപോകുകയില്ലെന്നതാണ്. ചെറിയ രീതിയിൽ തുടങ്ങിയ തീപ്പൊരി കാട്ടുതീയായി പടർന്നുവളരുന്നതാണ് വിലക്കയറ്റത്തിന്റെ രീതി. വിലക്കയറ്റം കൂടുതൽ വിലക്കയറ്റമുണ്ടാക്കുന്നു. ഉദാഹരണമായി ഗോത മ്പിന്റെയും പഞ്ചസാരയുടെയും വിലവർധന ഗോതമ്പുൽപ്പന്നങ്ങളുടെയും പഞ്ചസാര ഉൽപ്പന്നങ്ങളുടെയും വിലകളുയർത്തും. പെട്രോളിന്റെ വില വർധന സകല ഉൽപ്പന്നങ്ങളുടെയും വിലയുയർത്തും.

തീർച്ചയായും നിത്യോപയോഗസാധനങ്ങളുടെ വിശേഷിച്ചും ഭക്ഷ്യ വസ്തുക്കളുടെ വിലക്കയറ്റമാണ് ഏറെ രൂക്ഷം. പക്ഷേ അവയിൽ മാത്രം ഒതുങ്ങുന്നില്ല. പൊതുവിലക്കയറ്റമാണ് രാജ്യം നേരിടുന്നത്. മാത്രവുമല്ല വിലക്കയറ്റം ഒരു തുടർപ്രക്രിയയായി മാറിക്കഴിഞ്ഞു.

താഴെകൊടുക്കുന്ന പട്ടിക രാജ്യത്തെ വിലക്കയറ്റത്തിന്റെ ഏകദേശ ചിത്രം നൽകും. ഏഴുവർഷം കൊണ്ട് മൊത്തവിലസൂചിക 68.4 ശതമാനം വർധിച്ചപ്പോൾ (പ്രതിവർഷ ശരാശരി 9.8%) ഭക്ഷ്യവസ്തുക്കളുടെ വിലകൾ 112.7 ശതമാനം ഉയർന്നു. മുട്ട, മാംസം, പാൽ എന്നിവയുടേത് 146.7 ശതമാനം വർധിച്ചു. പട്ടിക വ്യക്തമാക്കുന്ന മറ്റൊരു കാര്യം വിലകൾ തുടർച്ചയായി ഉയരുന്നു എന്നതാണ്. ഫലപ്രദമായ പരിഹാരനടപടികളുടെ അഭാവത്തിൽ വരും വർഷങ്ങളിലും വിലക്കയറ്റം തുടരും; കൂടിയ നിരക്കിൽ തുടരും.

മൊത്ത വില സൂചിക
(അടിസ്ഥാന വർഷം 2004–05)

	2004–05	2005–06	2008–09	2010–11	സെപ്റ്റം 2011	സെപ്റ്റം 2012
എല്ലാ സാധനങ്ങളുടെയും	100	104.4	125.9	143.3	156.2	168.4
പ്രാഥമിക വസ്തുക്കൾ	100	104.3	137.5	182.0	202.9	220.7
ഭക്ഷ്യവസ്തുക്കൾ	100	105.4	134.8	179.6	197.2	212.7
ഭക്ഷ്യധാന്യങ്ങൾ	100	107.3	145.3	169.7	176.3	201.3
പഴം, പച്ചക്കറി	100	108.0	134.9	172.1	194.8	194.9
പച്ചക്കറികൾ മാത്രം	100	113.7	141.9	182.8	216.8	202.1
മുട്ട, മാംസം മത്സ്യം	100	106.3	125.4	190.1	219.4	246.7
പലവ്യഞ്ജനം	100	94.5	151.2	244.0	241.6	210.3

(അവലംബം: ആർ ബി ഐ ബുള്ളറ്റിൻ ഒക്ടോബർ, 2012)

ശതമാനക്കണക്കുകൾക്ക് ഉൾക്കൊള്ളാൻ കഴിയുന്നതിനെക്കാൾ ഭീതിദമാണ് വിലക്കയറ്റത്തിന്റെ പ്രത്യാഘാതങ്ങൾ. മാത്രവുമല്ല, മൊത്ത വില സൂചിക യഥാർഥചിത്രം നൽകുന്നുമില്ല. 2012 നവംബറിൽ മുൻവർഷം അതേമാസത്തെ അപേക്ഷിച്ച് മൊത്ത വിലസൂചിക 7.4 ശതമാനം വർധിച്ചു. എന്നാൽ ചില്ലറ വിലസൂചിക 9.9 ശതമാനം കണ്ട് ഉയർന്നു. മൊത്ത വ്യാപാരികൾ തമ്മിലെ വ്യാപാരവിലയാണ് മൊത്ത വിലസൂചിക പ്രകടിപ്പിക്കുന്നത്. ചില്ലറ വില സൂചിക ഉപഭോക്താവ് നേരിടുന്ന കമ്പോളത്തിലെ വിലനിരക്കും.

വിലക്കയറ്റത്തിന്റെ പ്രത്യാഘാതങ്ങൾ പലതാണ്. അത് കുടുംബ ബജറ്റുകളെ താറുമാറാക്കുമെന്നത് ഒരു പ്രധാന പ്രത്യാഘാതമാണ്. വിലക്കയറ്റം, ദാരിദ്ര്യം തീക്ഷ്ണമാക്കും, ദരിദ്രരുടെ എണ്ണം വർധിപ്പിക്കും.

ഗ്രാമങ്ങളിൽ പ്രതിദിനം 22.42 രൂപയെന്നും പട്ടണങ്ങളിൽ 28.35 രൂപ എന്നുമാണല്ലോ സുരേഷ് ടെണ്ടുൽക്കർ ദാരിദ്ര്യത്തെ നിർവചിച്ചത്. അതു പ്രകാരം 35.46 കോടി ഇന്ത്യക്കാർ ദാരിദ്ര്യരേഖക്കു താഴെയാണ്. ഒരു നിശ്ചിത കലോറി ഭക്ഷ്യ ഊർജം ലഭിക്കാൻ വേണ്ട ഭക്ഷണത്തിനുള്ള തുക എന്നാണ് ദാരിദ്ര്യത്തിന്റെ നിർവചനം. ഒരു നിശ്ചിത വർഷത്തെ (ഉദാ: 1974–75) വിലനിരക്കിലാണ് ദാരിദ്ര്യരേഖ നിർവചിക്കുന്നത്. വിലകൾ ഉയരുമ്പോൾ, ഭക്ഷണത്തിന്റെ അളവു ചുരുങ്ങും. ഭക്ഷ്യ ഊർജത്തിന്റെ അളവും കുറയും. അതായത് ദാരിദ്ര്യം രൂക്ഷമാകും. കൂടുതൽ ജനങ്ങൾ ദാരിദ്ര്യരേഖക്ക് താഴെ പതിക്കും. ദാരിദ്ര്യരേഖ താഴ്ത്തിവരയ്ക്കുന്നതുകൊണ്ട് രണ്ട് ലക്ഷ്യങ്ങളാണ് ഉന്നംവെക്കുന്നത്. ഒന്ന്, രാജ്യത്ത് ദാരിദ്ര്യം കുറയുന്നു എന്നു സ്ഥാപിക്കുക. രണ്ട്, ദരിദ്രർക്കു അർഹതപ്പെട്ട ആനുകൂല്യങ്ങൾ വെട്ടിക്കുറയ്ക്കുക.

പ്രതിദിന ഉപഭോഗച്ചെലവു സംബന്ധിച്ച് നാഷണൽ സാമ്പിൾ സർവെ ഓർഗനൈസേഷൻ 2012 ആഗസ്റ്റിൽ പ്രസിദ്ധീകരിച്ച വിവരങ്ങൾ ഞെട്ടലുളവാക്കുന്നവയാണ്. പരമദരിദ്രരായ 10 ശതമാനം ഗ്രാമീണരുടെ പ്രതിദിന വരുമാനം 16.78 രൂപയും പട്ടണങ്ങളിൽ 23.40 രൂപയുമാണ്. ഗ്രാമങ്ങളിലെ പകുതി ജനങ്ങൾ ദരിദ്രരാണ്.

രാജ്യത്തിന്റെ സാമ്പത്തിക വളർച്ച നിരക്ക് ഇടിയുകയാണ്. 2004 –05 മുതൽ ആറുവർഷക്കാലം കൈവരിച്ച വളർച്ചാനിരക്കിന്റെ എഴയലത്തുപോലും എത്തുന്നില്ല 2011–12 ലെ വളർച്ച നിരക്കും 2012–13 ലെ പ്രതീക്ഷിത വളർച്ച നിരക്കും. 2011–12 ൽ കൈവരിച്ചത്. 6.2 ശതമാനവും വളർച്ച നിരക്കാണ്. 2012–13 ൽ 5.5 ശതമാനവും. ആഗോളസാമ്പത്തിക മാന്ദ്യമാണ് കാരണമെന്ന് സർക്കാർ വാദിക്കുന്നു. സ്ഥിതിഗതികൾ മെച്ചപ്പെടുമ്പോൾ ദേശീയ വരുമാനം ഉയരുമെന്നും ചൂണ്ടിക്കാണിക്കുന്നു. എന്നാൽ ആഗോളസാമ്പത്തിക സ്ഥിതിമെച്ചപ്പെടുന്ന ലക്ഷണങ്ങൾ തെളിയുന്നില്ല. അതായത് നടപ്പു സാമ്പത്തിക വർഷവും തുടർന്നുള്ള വർഷങ്ങളിലും വളർച്ചനിരക്ക് ഒച്ചിഴയുന്ന വേഗതയിൽ തുടരുമെന്നാണ്.

ദേശീയ വരുമാനമിടിഞ്ഞതിന്റെ പല കാരണങ്ങളിൽ ഒന്നു മാത്രമാണ് ആഗോള സാമ്പത്തിക പ്രതിസന്ധി. മറ്റുകാരണങ്ങൾ പ്രധാനമാണ്. തീർച്ചയായും അതിലൊന്നാണ് വിലക്കയറ്റം. ഇന്ത്യയിലെ ജനങ്ങളിൽ ബഹുഭൂരിപക്ഷവും ഗ്രാമീണരാണ്. ഗ്രാമ നഗരവ്യത്യാസമില്ലാതെ ഭൂരിപക്ഷം ജനങ്ങളും അൽപ്പവരുമാനക്കാരോ നിശ്ചിത വരുമാനക്കാരോ വരുമാനരഹിതരോ ആണ്. അരിയും പച്ചക്കറികളും പലവ്യഞ്ജനങ്ങളും പാചകവാതകവും പെട്രോളും ഉൾപ്പെടെ നിത്യോപയോഗസാധനങ്ങളുടെ വിലകളുയരുമ്പോൾ ഇതര വസ്തുക്കളുടെ ആവശ്യം ചുരുക്കേണ്ടിവരും. തുണിത്തരങ്ങൾ, തുകൽ സാധനങ്ങൾ, സ്റ്റീൽ പാത്രങ്ങൾ, ടെലിവിഷൻ, ഫർണിച്ചർ, സ്കൂട്ടറുകൾ, സൈക്കിളുകൾ തുടങ്ങിയ വ്യവസായ ഉൽപ്പന്നങ്ങളുടെയും മൊബൈൽഫോൺ തുടങ്ങിയ സേവനങ്ങളുടെയും ആവശ്യം വെട്ടിക്കുറയ്ക്കപ്പെടും. ഇത് അവയുടെ ഉൽപ്പാദനത്തെ ബാധി

ക്കും. സാധാനങ്ങൾക്ക് ആവശ്യം ചുരുങ്ങുമ്പോൾ ഉൽപ്പാദനം കുറയ്ക്കുമല്ലോ. നിക്ഷേപം കുറയും. തൊഴിലവസരങ്ങളും ചുരുങ്ങും.

ദേശീയവരുമാനം ഇടിയുന്നതിനുള്ള മറ്റൊരു കാരണവും ഗൗരവമായി പരിശോധിക്കപ്പെടേണ്ടതാണ്. കയറ്റുമതി വളർച്ചയിലൂന്നിയ വികസന തന്ത്രം സ്വീകരിച്ച ഏതു രാജ്യവും നേരിടുന്ന പ്രത്യാഘാതമാണ് ആഗോള സാമ്പത്തികമാന്ദ്യത്തിന്റെ ഭാഗമായി ഇന്ത്യയും ഏറ്റുവാങ്ങുന്നത്. എന്നാൽ ദേശീയ വരുമാനം ഇടിയുന്നതിന്റെ മുഖ്യകാരണം ആഭ്യന്തരകമ്പോളം വിപുലപ്പെടാത്തതാണ്. (അതുകൊണ്ടാണ് വിദേശകമ്പോളത്തിൽ ഊന്നുന്നത്) കൃഷി ചെയ്യാൻ കൃഷി ഭൂമിയോ ജീവിക്കാൻ തൊഴിലോ ഇല്ലാത്തതാണ് ആഭ്യന്തരകമ്പോളം ചുരുങ്ങാൻ കാരണം.

കുറഞ്ഞ ദേശീയ വരുമാന വളർച്ച നിരക്കും (സ്റ്റാഗ്നേഷൻ) വർധിക്കുന്ന വിലക്കയറ്റവും (ഇൻഫ്ളേഷൻ) ഒരേസമയം തുടരുന്ന സ്റ്റാഗ്ഫ്ളേഷനാണ് ഇന്ത്യൻ സമ്പദ്‌വ്യവസ്ഥയിൽ നിലനിൽക്കുന്നത്.

നിത്യോപയോഗ സാധനങ്ങളുടെ വിലകൾ മാത്രമല്ല വർധിക്കുന്നത്. എല്ലാ വിധ നിർമാണ സാമഗ്രികളുടെയും അസംസ്കൃത വസ്തുക്കളുടെയും വിലകൾ ഉയരുകയാണ്. തന്മൂലം ഉൽപ്പാദനച്ചെലവ് വർധിക്കുന്നു. ഉൽപ്പാദനച്ചെലവു വർധന കൃത്യമായി രണ്ടു പ്രത്യാഘാതങ്ങളുണ്ടാക്കും. ഒന്നാമതായി അത് സാധനവിലകളുയർത്തും. വില വർധന ഉപഭോക്താക്കളെ പിന്തിരിപ്പിക്കും. ആവശ്യക്കാർ കുറയുന്നതോടെ വിൽപ്പനയും ലാഭവും ചുരുങ്ങും. ഉൽപ്പാദനപ്രവർത്തനങ്ങൾ മന്ദീഭവിക്കും. വളർച്ചനിരക്ക് ഇടിയും. കഴിഞ്ഞ ഒമ്പതുവർഷത്തിനിടയിലെ ഏറ്റവും താഴ്ന്ന മൂലധനനിക്ഷേപനിരക്കാണ് 2011-12 ൽ രേഖപ്പെടുത്തിയത്.

മൂലധന നിക്ഷേപം

വർഷം	മൂലധന നിക്ഷേപം ദേശീയ വരുമാനത്തിന്റെ ശതമാനം
2007-08	32.9%
2011-12	29.5%

(അവലംബം: Central Statistical Organisation)

രണ്ടാമതായി, ഉൽപ്പാദനച്ചെലവിനനുസരിച്ച് ഉൽപ്പന്നവില ഉയർന്നില്ലെങ്കിൽ ലാഭം ചുരുങ്ങും. മേൽകൊടുത്ത പ്രത്യാഘാതങ്ങൾക്കു വഴി തുറക്കും.

ഉൽപ്പാദനത്തിലെ ഏറ്റക്കുറച്ചിലുകൾ, വിലയിലെ ചാഞ്ചാട്ടങ്ങളുടെ കാരണങ്ങളിൽ ഒന്നുമാത്രമാണ്. കഠിനമായ വരൾച്ചയോ മഴയോ വെള്ളപ്പൊക്കമോ കാർഷികോൽപ്പാദനം കുറയ്ക്കാം. പക്ഷെ എല്ലാ വർഷവും എല്ലാ വിത-കൊയ്ത്തു സീസണുകളിലും വെള്ളപ്പൊക്കവും വരൾച്ചയും

ഉണ്ടാകുന്നില്ല. എന്നാൽ വിലകൾ എല്ലാവർഷവും വർധിക്കുന്നു. സ്വാഭാവികമായും കാരണം തേടേണ്ടത് കാലാവസ്ഥയിലല്ല. ഗ്രാമീണതൊഴിലുറപ്പു പദ്ധതിയുടെ ഫലമായി ഗ്രാമീണരുടെ വാങ്ങൽ ശേഷി വർധിച്ചതാണ് കാരണമെന്നു വ്യാഖ്യാനിക്കപ്പെടുന്നുണ്ട്. നിത്യോപയോഗസാധനങ്ങളുടെ ആവശ്യം വർധിച്ചു എന്നു വാദത്തിനു സമ്മതിച്ചാൽത്തന്നെ, എല്ലാ കാർഷിക-വ്യവസായ-സേവന ഉൽപ്പന്നങ്ങളുടെയും പൊതു വിലക്കയറ്റത്തിന് അതു വിശദീകരണമല്ല.

നെല്ലിന്റെയും ഗോതമ്പിന്റെയും പരുത്തിയുടെയും ചണത്തിന്റെയും മറ്റും താങ്ങുവില ഉയർത്തുന്നതാണ് വില വർധനക്കു കാരണമെന്ന വിചിത്രമായ വാദമാണ് സർക്കാർ ഉന്നയിക്കുന്നത്. നാമമാത്ര – ചെറുകിട കൃഷിക്കാരാണ് രാജ്യത്ത് കൂടുതൽ. താങ്ങുവിലയ്ക്ക് സർക്കാരിനു വിൽക്കാൻ അവർക്കു മിച്ചം ഉൽപ്പന്നമില്ല. ഉള്ളത് ധനികകൃഷിക്കാർക്കും മുതലാളിത്ത കൃഷിക്കാർക്കുമാണ്. അവർ കൂടുതൽ വാങ്ങുന്നത് നിത്യോപയോഗ സാധനങ്ങളല്ല. വില പിടിപ്പുള്ള ഉപഭോക്തൃ സാധനങ്ങളാണ്. ആയതിനാൽ നിത്യോപയോഗ സാധനങ്ങളുടെ വിലക്കയറ്റത്തിന് താങ്ങുവില വർധന ഒരുകാരണമായി ഉന്നയിക്കാനാവുകയില്ല.

കമ്പോള വ്യവസ്ഥയുടെ ഉൽപ്പന്നമാണ് വിലക്കയറ്റം. വിലക്കയറ്റവും സാമ്പത്തിക വളർച്ചയും പരസ്പരം പ്രതിപ്രവർത്തിക്കുന്നവയാണെന്നും ഒന്ന് മറ്റൊന്നിനെ ശക്തിപ്പെടുത്തുമെന്നും വാദിക്കപ്പെടുന്നു. കുത്തക വ്യവസായികളും കുത്തക വ്യാപാരികളും മാധ്യമങ്ങളുമാണ് ഈ സിദ്ധാന്തത്തിന്റെ വക്താക്കൾ. വിലക്കയറ്റം വളർച്ചയെ ഉത്തേജിപ്പിക്കും. അതുകൊണ്ട് വിലവർധന നിലനിർത്തപ്പെടണം എന്നു വാദിക്കപ്പെടുന്നു. വിലവർധന ലാഭം വളർത്തി നിക്ഷേപവും ഉൽപ്പാദനവും വർധിപ്പിക്കുമെന്നാണ് വാദത്തിന്റെ പൊരുൾ. അതുകൊണ്ടാണ് വിലവർധന തുടരുമ്പോഴും റിസർവ് ബാങ്ക് പലിശ നിരക്ക് താഴ്ത്തി സമ്പദ് വ്യവസ്ഥയിൽ പണത്തിന്റെ ലഭ്യത കൂട്ടണമെന്ന് ഫിക്കി (FICCI)യും ധനകാര്യമന്ത്രിയും ഒരുപോലെ ആവശ്യപ്പെടുന്നത്. പക്ഷേ, വിലക്കയറ്റം നിക്ഷേപത്തെ തളർത്തുന്നതാണ് അനുഭവം.

നവ ഉദാരവൽക്കരണം വിലക്കയറ്റം മൂർച്ഛിപ്പിക്കുന്നു. സർക്കാർ ഇടപെടലുകളില്ലാത്ത കമ്പോള വ്യവസ്ഥയിലേക്കുള്ള മാറ്റമാണ് നവഉദാരവൽക്കരണം. കമ്പോളവ്യവസ്ഥയിൽ ഉൽപ്പാദനവും വിലയും നിർണയിക്കുന്നത് ഉൽപ്പാദനവും വിതരണവും കയ്യാളുന്നവരാണ്. രണ്ടും സർക്കാർ കയ്യാളുന്ന വ്യവസ്ഥയിൽ വില നിയന്ത്രണാധികാരം സർക്കാരിനായിരിക്കും. സ്വകാര്യ കമ്പോളത്തിൽ മുതലാളികൾ വില നിശ്ചയിക്കും. സബ്സിഡികൾ വെട്ടിച്ചുരുക്കിയും നിയന്ത്രണങ്ങൾ ഒഴിവാക്കിയും പൊതുവിതരണം ദുർബലപ്പെടുത്തിയും ഊഹക്കച്ചവടം പ്രോൽസാഹിപ്പിച്ചും സ്വതന്ത്രകമ്പോള വ്യവസ്ഥ സ്ഥാപിക്കാനാണ് സർക്കാർ ശ്രമം. അതിന്റെ ഫലമാണ് വിലക്കയറ്റം.

വിതരണത്തിൽ ഇടപെട്ട് സർക്കാരിന് വില നിയന്ത്രിക്കുവാൻ കഴി

യും. അതിനുള്ള ഉപാധിയാണ് സംഭരണവും പൊതുവിതരണവും. വിള വെടുപ്പുകാലത്ത് താങ്ങുവില നൽകി ഉൽപ്പന്നം സംഭരിക്കുകയും ക്ഷാമ കാലത്ത് കുറഞ്ഞ വിലയ്ക്ക് ഉപഭോക്താക്കൾക്ക് പൊതുവിതരണ ശൃംഖല വഴി വിതരണം ചെയ്യുകയുമായിരിക്കണം സർക്കാർ നയം. അതുമൂലം കർഷകരുടെയും ഉപഭോക്താക്കളുടെയും താൽപര്യം ഒരേസമയം സംരക്ഷിക്കപ്പെടും.

ഭക്ഷ്യധാന്യങ്ങളുടെയും പയർ ഉൽപ്പന്നങ്ങളുടെയും ഉൽപ്പാദന ത്തിന്റെ പട്ടിക താഴെ ചേർക്കുന്നു

കാർഷികോൽപ്പാദനം
(ലക്ഷം-ടൺ)

വർഷം	അരിയും ഗോതമ്പും	പയർ ഉൽപ്പന്നങ്ങൾ	ധാന്യങ്ങൾ + പയർ ആകെ
1991–92	1563.6	120.2	1683.8
2001–02	1994.8	133.7	2128.5
2005–06	1952.0	133.9	2085.9
2009–10	2034.5	146.6	2181.1
2010–11	2265.3	182.4	2447.8
2011–12	2402.3	172.1	2574.6

പയർവർഗങ്ങളുടെ ഉൽപ്പാദനം മന്ദഗതിയിലാണെങ്കിലും അരിയു ടെയും ഗോതമ്പിന്റെയും ഉൽപ്പാദനം വർധിച്ചു. 2011–12 ൽ 24 കോടി ടൺ അരിയും ഗോതമ്പും ഉൽപ്പാദിപ്പിച്ചു.

ഭക്ഷ്യധാന്യങ്ങളുടെ സംഭരണം

വർഷം	അരിയും ഗോതമ്പും (ലക്ഷം ടൺ)
1991–92	110.7
2001–02	510.2
2005–06	166.2
2009–10	423.6
2010–11	443.5
2011–12	534.4

(അവലംബം: ഭക്ഷ്യമന്ത്രാലയം)

2010–11ൽ കാർഷികോൽപ്പാദനം 7.6 ശതമാനം വർധിച്ചു. 2011–12ൽ വർധന 2.8 ശതമാനമായി ഇടിഞ്ഞു. എന്നാൽ അരിയുടെയും ഗോതമ്പി

ന്റെയും ഉൽപ്പാദനം വർധിച്ചു. ഉൽപ്പാദനം വർധിച്ചു എന്നു മാത്രമല്ല, ഭക്ഷ്യധാന്യസംഭരണവും ഉയർന്നു. ധാന്യഉൽപ്പാദനവർധന വിലക്കുറവിലേക്കു നയിക്കണമായിരുന്നു. മാത്രവുമല്ല, സംഭരണം സർവകാല റെക്കോർഡിലേക്കു വളർന്ന സ്ഥിതിക്ക് പൊതുവിതരണ സംവിധാനത്തിലൂടെ കുറഞ്ഞ വിലയ്ക്കു അരിയും മറ്റും ലഭ്യമാക്കാൻ കഴിയണമായിരുന്നു. രണ്ടും സംഭവിച്ചില്ല. ഭക്ഷ്യധാന്യങ്ങളുടെ ഉൾപ്പെടെ വില മറ്റൊരിക്കലുമില്ലാത്ത വിധം ഉയർന്നുകൊണ്ടിരിക്കുന്നു. പൂഴ്ത്തിവെയ്പും കരിഞ്ചന്തയുമാണ് ഒരു പ്രധാന കാരണം. പൊതുവിതരണരംഗത്തു നിന്നും സർക്കാർ പിൻമാറാൻ തുടങ്ങിയതോടെ പൂഴ്ത്തിവെപ്പിനുള്ള അനുകൂല സാഹചര്യം ഒരുങ്ങി,.

പൊതുവിതരണ സംവിധാനം ദുർബലമായതാണ് മറ്റൊരു കാരണം. താങ്ങുവില നൽകി എഫ് സി ഐ മുഖേന സമാഹരിച്ച ഭക്ഷ്യധാന്യങ്ങളുടെ നല്ലൊരു ഭാഗം സൂക്ഷിച്ചുവെക്കാൻ ഗോഡൗണുകളില്ലാതെ കാറ്റിലും മഴയിലും നശിക്കുകയാണ്. പട്ടിണിക്കാർക്കു കുറഞ്ഞ നിരക്കിലോ സൗജന്യമായോ വിതരണം ചെയ്യാത്തതെന്തെന്നു സുപ്രീംകോടതി തന്നെയും ചോദിച്ചു. താങ്ങുവില നൽകി സംഭരിച്ച അരിയും ഗോതമ്പും സബ്സിഡി നിരക്കിൽ മൊത്തവ്യാപാരികൾക്കും കയറ്റുമതിക്കാർക്കും കൈമാറുകയാണ് സർക്കാർ ചെയ്യുന്നത്. ഇങ്ങനെ ഓപ്പൺ മാർക്കറ്റ് സെയിൽസ് സ്കീം വഴി (open market sales scheme) ലഭിച്ച ഭക്ഷ്യധാന്യം മൊത്തക്കച്ചവടക്കാർ കൃഷിക്കാരുടെ വ്യാജമേൽവിലാസമുപയോഗിച്ചു താങ്ങുവിലക്കു സർക്കാരിനു തന്നെ വിൽക്കുന്നു. അല്ലെങ്കിൽ കയറ്റുമതി ലാഭകരമെങ്കിൽ കയറ്റുമതി ചെയ്യുന്നു. അതുമല്ലെങ്കിൽ കയറ്റുമതി നടന്നതായി ഇറക്കുമതി പങ്കാളിയുമായി ചേർന്ന് വ്യാജബില്ലുണ്ടാക്കി ഇന്ത്യൻ കമ്പോളത്തിൽ തന്നെ കരിഞ്ചന്ത വിലക്കു വിൽക്കുന്നു.

അവധി കച്ചവടമാണ് വിലക്കയറ്റത്തിനു മറ്റൊരു കാരണം. ഭാവിയിൽ ഏതെങ്കിലും നിശ്ചിത തീയതിക്ക് ഉൽപ്പന്നം കൈമാറണം എന്ന വ്യവസ്ഥയിൽ അഡ്വാൻസ് തുക നൽകി കരാറുറപ്പിക്കലാണ് അവധിക്കച്ചവടത്തിന്റെ രീതി. കരാർപത്രം നിശ്ചിത തീയതിക്ക് മുമ്പ് മറ്റൊരു കുത്തക വ്യാപാരിക്ക് അല്ലെങ്കിൽ ധനകാര്യസ്ഥാപനത്തിന് കൂടിയ വിലക്ക് മറിച്ചു വിൽക്കാം. ഇനിയും കൂടിയ വിലയ്ക്ക് മൂന്നാമതും കൈമാറ്റം നടത്താം. ഒരു കരാറിന്റെ അടിസ്ഥാനത്തിൽ ഉണ്ടാക്കപ്പെടുന്ന മറ്റൊരു കരാറാണ് ഡെറിവേറ്റീവ്. ഓരോ കൈമാറ്റം നടക്കുമ്പോഴും വില ഉയരുന്നു. റബർ, കുരുമുളക്, ബാർലി, കടല, എണ്ണ, ഉരുളക്കിഴങ്ങ്, മഞ്ഞൾ, ഏലം, മല്ലി, മുളക്, ഗോതമ്പ് തുടങ്ങിയവ ഉൾപ്പെടെ വിവിധങ്ങളായ കാർഷികോൽപ്പന്നങ്ങൾ, സ്വർണം, വെള്ളി, ചെമ്പ്, ഈയം, നാകം, അലുമിനിയം, പ്രകൃതിവാതകം തുടങ്ങിയ ലോഹങ്ങളും വാതകവും, രൂപ, ഡോളർ, യൂറോ തുടങ്ങിയ കറൻസികൾ എന്നിവയിലും അവധിക്കച്ചവടമുണ്ട്.

സ്വർണത്തിന്റെയും ക്രൂഡ് ഓയിലിന്റെയും മറ്റും വില കുതിച്ചുയരാൻ കാരണം അവയുടെ ഉപയോഗം കൂടിയതു മാത്രമല്ല, മറിച്ച് അവധി കച്ചവടമാണ്.

താഴെക്കൊടുത്ത പട്ടിക കാണുക.

ഡെറിവേറ്റീവ് സൂചിക

ബ്രെന്റ് ക്രൂഡ് ഓയിൽ	
ജനുവരി 2013	6068
ഫെബ്രുവരി	6108
മാർച്ച്	6150
മല്ലി	
ജനുവരി 2013	6256
ഏപ്രിൽ	7055
മേയ്	7135
ജൂൺ	7198
ജൂലായ്	7292
സ്വർണം	
ഫെബ്രുവരി 2013	30802
മാർച്ച് 2013	31171
ഏപ്രിൽ 2013	31476

(അവലംബം: ബിസിനസ് ലൈൻ – ജനുവരി 13, 2013)

കോടിക്കണക്കിനു രൂപയുടെ അവധി വ്യാപാരമാണ് ഓരോവർഷവും നടക്കുന്നത്.

വർഷം	അവധി വ്യാപാരം (കോടി രൂപ)
2009–10	7764754
2010–11	11948942
2011–12 (ജനുവരി 12 വരെ)	15188891.3

(അവലംബം: സാമ്പത്തിക സർവെ 2012)

അവധി കച്ചവടം ഉൽപ്പാദകന് ലാഭം കൈവരുത്തുകയില്ല. ഒരിക്കൽ കരാർ വില ഉറപ്പിച്ചാൽ പ്രസ്തുത തുകയ്ക്കു മാത്രമെ കർഷകന് അവ

കാശമുണ്ടാകൂ. ലാഭം കൊയ്യുക ഇടനിലക്കാരാണ്. പ്രധാനമായും ഊഹ വ്യാപാരം നടത്തുന്ന ധനകാര്യ സ്ഥാപനങ്ങളും ധനമൂലധന ശക്തികളും.

ജനങ്ങളുടെ ക്ഷേമം ഉറപ്പു വരുത്തേണ്ട ഗവൺമെന്റിന്റെ ചുമതലയാണ് വിലക്കയറ്റം നിയന്ത്രിക്കുക. എന്നാൽ ആ ചുമതല റിസർവ് ബാങ്കിനെ ഏൽപ്പിച്ച് മാറി നിൽക്കുകയാണ് ഗവൺമെന്റ് ചെയ്യുന്നത്. റിസർവ് ബാങ്കിന്റെ പണപ്പെരുപ്പ നിയന്ത്രണ ഉപകരണങ്ങളാണ് റിപ്പോനിരക്ക്, കരുതൽ ധനാനുപാതം, സ്റ്റാറ്റ്യൂട്ടറി ലിക്വിഡിറ്റിറേഷ്യോ തുടങ്ങിയവ. റിസർവ് ബാങ്ക് പലിശനിരക്ക് പല സന്ദർഭങ്ങളിലായി കൂട്ടുകയുണ്ടായി. പക്ഷെ, വിലക്കയറ്റം നിയ്നത്രണവിധേയമായില്ല. റിസർവ് ബാങ്കിനു പുറത്തുള്ള കാരണങ്ങളാണ് വിലക്കയറ്റത്തിനു കാരണമെന്നതുകൊണ്ടാണത്. ആ കാരണങ്ങളെ അഭിസംബോധന ചെയ്യേണ്ടത് ഗവൺമെന്റാണ്. കള്ളപ്പണം നിയന്ത്രിക്കാനോ കരിഞ്ചന്തയും പൂഴ്ത്തിവെപ്പും തടയാനോ അവധിക്കച്ചവടം നിയന്ത്രിക്കാനോ, റിസർവ് ബാങ്കിനു കഴിയില്ല. പൊതുവിതരണ സംവിധാനം ശക്തിപ്പെടുത്താനും സബ്സിഡി നിരക്കിൽ സാധനങ്ങൾ വിതരണം ചെയ്യാനും ഗവൺമെന്റിനേ കഴിയൂ. മേൽ നടപടികളിൽ നിന്ന് ക്രമമായി പിന്മാറുകയും സ്വതന്ത്രകമ്പോളത്തിന്റെ ദയാദാക്ഷിണ്യങ്ങൾക്ക് സമൂഹത്തെ എറിഞ്ഞു കൊടുക്കുകയുമാണ് ഗവൺമെന്റ് നയം. ആ നയം തുടരുന്നിടത്തോളം വിലക്കയറ്റവും തുടരും.

വിലക്കയറ്റ നിയന്ത്രണം സംബന്ധിച്ച് യാഥാർഥ്യബോധമില്ലാത്ത നയ സമീപനമാണ് സർക്കാരിന്റേത്. വില വർധനയ്ക്കു കാരണം പണലഭ്യത ഉയർന്നതാണെന്ന അതീവലളിതമായ നിലപാടാണ് സ്വീകരിക്കുന്നത്. പണലഭ്യത പ്രധാനകാരണമാണ്. പക്ഷെ അത് ഒറ്റക്കാരണമല്ല, അതുകൊണ്ടു തന്നെ പണലഭ്യത കൂട്ടുകയും കുറയുകയും ചെയ്യുന്നതനുസരിച്ച് വില നിലവാരവും കൂടുകയും കുറയുകയും ചെയ്യാമെന്ന സിദ്ധാന്തത്തിന് സാധൂകരണമില്ല. പണലഭ്യത നിയന്ത്രിക്കുന്നത് റിസർവ് ബാങ്കാണ്. പക്ഷെ റിസർവ് ബാങ്കിന്റെ അധികാരപരിധിക്കുപുറത്തുള്ള നിരവധി ഘടകങ്ങൾ വില നിർണയത്തിൽ നിർണായകസ്ഥാനം വഹിക്കുന്നു. പെട്രോൾ വില വർധനയും കരിഞ്ചന്തയും പൊതുവിതരണവും മറ്റും റിസർവ് ബാങ്കിന്റെ പ്രവർത്തന പരിധിയിൽ പെടുന്നില്ല. സ്വാഭാവികമായും പണത്തിന്റെ ലഭ്യത നിയന്ത്രിച്ച് വില നിലവാരം പരിധിക്കകത്തു നിർത്താനുള്ള റിസർവ് ബാങ്ക് ശ്രമങ്ങൾ ഫലം കാണാതെ വരുന്നു.

റിസർവ് ബാങ്കിന്റെ 2013 ഫെബ്രുവരിയിലെ ബുള്ളറ്റിൻ നൽകുന്ന കണക്കുകൾ പ്രകാരം 2012 ഡിസംബർ 28 ന് മൊത്തം പണ ലഭ്യത 80,31,920 കോടി രൂപയാണ്. അതിൽ കറൻസി നോട്ടുകളും നാണയങ്ങളും 13.59 ശതമാനമാണ്. അതായത് 10,92,050 കോടി രൂപ. ശേഷം ഭാഗം ബാങ്കു ഡെപ്പോസിറ്റുകളാണ്. ഹ്രസ്വകാലനിക്ഷേപം 7,20,820 കോടിയും ദീർഘകാലനിക്ഷേപം 62,17,510 കോടി രൂപയുമാണ്. ബാങ്ക് ഡെപ്പോസിറ്റുകൾ പണമാണ്. എന്നാൽ അത്രയും തുക ജനങ്ങൾ ബാങ്കിൽ നേരിട്ടു ചെന്ന് കറൻസികളും നാണയങ്ങളും കൈമാറി ഉണ്ടായതല്ല. ബാങ്കു

കൾക്ക് നിക്ഷേപങ്ങൾ സൃഷ്ടിക്കാൻ കഴിവുണ്ട്. വായ്പ നൽകിയാണ് നിക്ഷേപങ്ങൾ സൃഷ്ടിക്കുന്നത്. രണ്ടു ഉദാഹരണങ്ങൾ നൽകാം. പത്തുലക്ഷം രൂപ ബാങ്ക് നിക്ഷേപമുള്ള ഒരാളെ പന്ത്രണ്ടുലക്ഷം രൂപ പിൻവലിക്കാൻ അനുവദിക്കുന്നു എന്നു കരുതുക. കൂടുതലായി പിൻവലിക്കുന്ന രണ്ടുലക്ഷം രൂപ ഓവർഡ്രാഫ്ടാണ്. അത്രയും തുക വായ്പക്കാരന്റെ പേരിൽ നിക്ഷേപമാക്കുകയാണ് രീതി. ഇപ്പോൾ ബാങ്കു നിക്ഷേപം രണ്ടുലക്ഷം രൂപകൂടി. നേരിട്ടു പണം നിക്ഷേപിച്ചുണ്ടായതല്ല ഈ വർധന. മറ്റൊരു ഉദാഹരണം. ഒരാൾ ബാങ്കിലെത്തി 1000 രൂപ നിക്ഷേപിക്കുന്നു. ഈ തുക മുഴുവനായും മറ്റൊരാൾക്ക് ബാങ്ക് വായ്പ നൽകിയാൽ, നിക്ഷേപകൻ പണം പിൻവലിക്കാനെത്തുമ്പോൾ കൊടുക്കാൻ കഴിയാത്ത സ്ഥിതിയുണ്ടാവും. അതുകൊണ്ട് പിൻവലിക്കൽ നേരിടാൻ ഒരു നിശ്ചിതതുക (ഇപ്പോഴത് 4.25 ശതമാനമാണ്) കൈവശ പണമായി (Cash at hand) ബാങ്കിലും റിസർവ് ബാങ്കിലുമായി സൂക്ഷിക്കണം. അതാണ് കരുതൽ ധനാനുപാതം. (Cash Reserve Ratio CRR) ശേഷിക്കുന്ന തുക മറ്റൊരാൾക്ക് വായ്പ നൽകാം. അതായത് വായ്പത്തുക, നിക്ഷേപമായി പ്രസ്തുതവ്യക്തിയുടെ അക്കൗണ്ടിൽ വരവുവെക്കാം. അങ്ങനെ അത്രയും തുകയ്ക്കുള്ള നിക്ഷേപം സൃഷ്ടിക്കപ്പെട്ടു. അതാകട്ടെ, നേരിട്ടുപണം നിക്ഷേപിച്ചുണ്ടായ നിക്ഷേപമല്ല. പ്രസ്തുത നിക്ഷേപത്തിന്റെ 4.25 ശതമാനം കരുതൽ ധനാനുപാതമായി മാറ്റിവെച്ച്, ശേഷം ഭാഗം വീണ്ടും വായ്പയായി നൽകാം. കരുതൽ ധനാനുപാതം ഉയർത്തിയാൽ നിക്ഷേപങ്ങൾ സൃഷ്ടിക്കാനുള്ള ബാങ്കുകളുടെ കഴിവു കുറയും. പണത്തിന്റെ ലഭ്യത താഴും എന്നാണ് സിദ്ധാന്തം.

കമ്മേർഷ്യൽ ബാങ്കുകൾക്ക് റിസർവ് ബാങ്കിൽ നിന്നും വായ്പയെടുക്കാം. ആ തുക തുടർന്ന് ആവശ്യക്കാർക്ക് വായ്പയായി നൽകാം. കമ്മേർഷ്യൽ ബാങ്കുകൾ റിസർവ് ബാങ്കിനു നൽകുന്ന പലിശ നിരക്കാണ് റിപ്പോ നിരക്ക് (8 ശതമാനം) റിപ്പോ നിരക്ക് ഉയർത്തുമ്പോൾ, വായ്പാ ചെലവ് കൂടും വായ്പയെടുക്കുന്നത് ചുരുങ്ങും.

ബാങ്കുകളുടെ മൊത്തം നിക്ഷേപത്തിന്റെ നിശ്ചിതഭാഗം (ഇപ്പോൾ 23 ശതമാനം) പണമായോ സ്വർണമായോ കടപ്പത്രങ്ങളായോ റിസർവ് ബാങ്കിൽ സൂക്ഷിക്കണം. അതാണ് സ്റ്റാറ്റ്യൂട്ടറി ലിക്വിഡിറ്റി റേഷ്യോ അഥവാ എസ് എൽ ആർ. എസ് എൽ ആർ ഉയർത്തിയാൽ വായ്പ നൽകാനുള്ള കഴിവു ചുരുങ്ങും. പണലഭ്യത ഇടിയും. ബോണ്ടുകളും ബില്ലുകളും കാലാവധിക്കു മുമ്പ് പണമായി മാറ്റാൻ റിസർവ് ബാങ്കിൽ പണയം വെക്കാം. അതിനു റിസർവ് ബാങ്ക് ചുമത്തുന്നതാണ് ബാങ്ക് റേറ്റ് (9 ശതമാനം).

റിസർവ് ബാങ്കിന്റെ കൈവശമുള്ള വായ്പാ നിയന്ത്രണ ഉപാധികളെല്ലാം പല കാലങ്ങളിലായി റിസർവ് ബാങ്ക് ഉപയോഗിച്ചിട്ടുണ്ട്. ചിലപ്പോൾ ഉയർത്തുകയും ചിലപ്പോൾ താഴ്ത്തുകയും ചെയ്തിട്ടുണ്ട്. 2010 ഫെബ്രുവരിയിൽ റിപ്പോ നിരക്ക് 4.75 ശതമാനമായിരുന്നു. അതാണിപ്പോൾ 8 ശതമാനമായത്. കരുതൽ ധനാനുപാതം 5 ശതമാനമായിരുന്നു. അത് 4.25 ശതമാനമാക്കി. എസ് എൽ ആർ 25 ശതമാനമായിരുന്നത് 23 ശതമാനമാക്കി.

റിസർവ് ബാങ്കിന്റെ കണക്കുകൂട്ടലുകളെല്ലാം തെറ്റിച്ച്, വിലനില വാരം കുതിക്കുകയാണ്. വിലനിലവാരനിയന്ത്രണസ്ഥാപനം എന്ന നിലയ്ക്കുള്ള റിസർവ് ബാങ്കിന്റെ ദൗർബല്യം തെളിയിച്ചുകൊണ്ട്

വില നിയന്ത്രണമാർഗത്തെക്കുറിച്ച് ഏതായാലും റിസർവ് ബാങ്കും ഗവൺമെന്റും മുഖത്തോടുമഖം കാണുന്നില്ല. ചുമതലകളെല്ലാം റിസർവ് ബാങ്കിനെ ഏൽപ്പിച്ച് കൈകഴുകുകയാണ് കേന്ദ്രസർക്കാർ. ഇന്ത്യയിലെ വൻകിട വ്യവസായികളും വ്യാപാരികളും സർക്കാരിനു പിന്നിലുണ്ട്. പലിശ നിരക്കുകൾ കുറയ്ക്കണമെന്നാണ് ധനമന്ത്രാലയം ശഠിക്കുന്നത്. യുക്തി വളരെ ലളിതമാണ്, അയഥാർഥവും. പണലഭ്യത ഉയർന്നാൽ വില വർധിക്കുമെന്നും വിലവർധന ലാഭവും നിക്ഷേപവും വളർത്തി ഉൽപ്പാദനം വർധിപ്പിക്കുമെന്നുമാണ് വാദം

പക്ഷെ, രാജ്യത്തെ കുതിച്ചുയരുന്ന വിലക്കയറ്റം, ഉൽപ്പാദന-ദേശീയവരുമാനവർധനയിലേക്കു നയിക്കുന്നില്ല. മറിച്ച് ദേശീയ വരുമാനം ഇടിയുകയാണ്. ഇക്കാര്യം മുൻ അധ്യായത്തിൽ പ്രതിപാദിച്ചിട്ടുണ്ട്.

റിസർവ് ബാങ്കിന്റെ പലിശ നിരക്കു വർധന ഇരുതല മൂർച്ചയുള്ള ആയുധമാണ്. നിരക്കു താഴ്ത്തൽ വിലക്കയറ്റം ക്ഷണിച്ചു വരുത്തും. നിരക്കു വർധന, ഉൽപ്പാദനച്ചെലവു വർധിപ്പിക്കും. കാരണം പലിശ ഉൽപ്പാദനച്ചെലവിനങ്ങളിൽ പ്രമുഖമാണ്.

പലിശ നിരക്കു വർധന മറികടക്കാൻ വ്യവസായികൾ വിവിധ മാർഗങ്ങൾ അനുവർത്തിക്കും. റിസർവ് ബാങ്ക് നിരക്കു വർധനയുടെ ചുവടുപിടിച്ച് കമേർഷ്യൽ ബാങ്കുകളുടെ വായ്പ നിരക്ക് ഉയർത്താൻ അവർ പലപ്പോഴും സന്നദ്ധമാകുന്നില്ല. അതാകട്ടെ റിസർവ് ബാങ്കിന്റെ ശ്രമങ്ങളെ അപ്രസക്തമാക്കുകയും ചെയ്യുന്നു. നിരക്ക് ഉയർത്തിയാലും കുറഞ്ഞ പലിശയ്ക്കു വായ്പ നൽകാൻ തങ്ങളുടെ കൈവശം ധാരാളം നിക്ഷേപമുണ്ടെന്നു വൻകിട ബാങ്കുകൾ കരുതുന്നു. മാത്രവുമല്ല, കുറഞ്ഞ പലിശ നിരക്കിൽ വിദേശ വായ്പകൾ (External commerical borrwings) ലഭ്യമാകുന്ന സ്ഥിതിയുമുണ്ട്. സാമ്പത്തിക മാന്ദ്യം മറികടക്കാൻ സാമ്രാജ്യത്വരാജ്യങ്ങൾ പലിശ നിരക്കു പൂജ്യത്തിനടുത്ത് എത്തിച്ചിട്ടുണ്ട്. 2011 മാർച്ച് അവസാനം വിദേശ വാണിജ്യവായ്പ 88.5 ശതകോടി ഡോളറായിരുന്നു. 2012 സെപ്തംബറിൽ 109.0 ശതകോടി ഡോളറായി ഉയർന്നു.

സാധനങ്ങളുടെയും സേവനങ്ങളുടെയും ലഭ്യത വർധിപ്പിക്കുകയാണ് വില നിയന്ത്രണത്തിനുള്ള ഉറപ്പായ മാർഗമെന്ന് റിസർവ് ബാങ്ക് പലയാവർത്തി വ്യക്തമാക്കിയതാണ്. പക്ഷെ, ലഭ്യത നിയന്ത്രിക്കുന്നത് വൻകിട ഉൽപ്പാദകരാണ്. ഒന്നുകിൽ അവരെ നിയന്ത്രിക്കണം. അല്ലെങ്കിൽ ഉൽപ്പാദനവും സംഭരണവും വിതരണവും വിലനിർണയവും സർക്കാർ ഏറ്റെടുക്കണം. നേരെ മറിച്ചാണ് സർക്കാർ നയവും നടപടികളും. വിലക്കയറ്റത്തിന്റെ നാളുകളായിരിക്കും വരുംനാളുകളെന്നതിന് തെളിവു വേറെന്തു വേണം?

6

ആഗോളവൽക്കരണവും തൊഴിലില്ലായ്മയും

കൂലിവേല ചെയ്തു ജീവിക്കുന്നവരാണ് തൊഴിലാളികൾ. അധ്വാന ശേഷി ഉപയോഗിക്കുന്നതിനുപകരമായി കൂലി ലഭിക്കുന്നു. അതാണ് അവരുടെ വരുമാനം. വരുമാനം വിനിയോഗിച്ച് അവർ സാധനങ്ങളും സേവനങ്ങളും വാങ്ങുന്നു. സാധനങ്ങൾക്കും സേവനങ്ങൾക്കുമുള്ള ആവശ്യം തൊഴിലാളികളുടെ ജോലിയെയും കൂലിയെയും ആശ്രയിച്ചിരിക്കും. രാജ്യത്ത് മുതലാളികളെക്കാൾ കൂടുതലാണ് തൊഴിലാളികൾ. അതുകൊണ്ട് സാധനങ്ങൾക്കും സേവനങ്ങൾക്കുമുള്ള ആവശ്യം തൊഴിലാളികളുടെ എണ്ണത്തെയും അവരുടെ കൂലി നിരക്കിനെയും ആശ്രയിച്ചാണിരിക്കുന്നത്. തൊഴിലാളികളുടെ എണ്ണക്കുറവും കുറഞ്ഞ കൂലിയും ചരക്കുകൾക്കുള്ള ആവശ്യമിടിക്കും. അത് ലാഭം കുറയ്ക്കും, നിക്ഷേപം ചുരുക്കും. തുടർന്നുള്ള ഉൽപ്പാദനം ഇടിക്കും; ഒപ്പം തൊഴിലവസരങ്ങളും.

തൊഴിലാളികൾ അധ്വാനശേഷി പ്രയോഗിച്ചാണ് ഉൽപ്പാദനം നടത്തുന്നത്. ഉൽപ്പാദനോപകരണങ്ങൾ ഉണ്ടാക്കുന്നതും അധ്വാനശേഷി പ്രയോഗിച്ചാണ്. തൊഴിലാളികളുടെ എണ്ണവും അതുപോലെ ഉൽപ്പാദനക്ഷമതയും ആണ് ആകെ ഉൽപ്പാദനത്തിന്റെ അളവു നിർണയിക്കുന്നത്.

കേവലമായ ഉൽപ്പാദനവർധനകൊണ്ടുമാത്രം സ്ഥായിയായ ഉൽപ്പാദന പ്രവർത്തനം നടക്കുകയില്ല. കാരണം ഉൽപ്പാദിപ്പിച്ച ചരക്കുകൾ വിൽക്കണം. വിൽക്കണമെങ്കിൽ തൊഴിലാളികളുടെ എണ്ണവും അവരുടെ കൂലിയും ഉയരണം. ചുരുക്കത്തിൽ, തൊഴിലാളികളുടെ അധ്വാനശേഷി, കൂലി, ഉൽപ്പാദനം, ആവശ്യം എന്നീ ഘടകങ്ങൾ പരസ്പരം ബന്ധപ്പെട്ടു കിടക്കുന്നു. കൂടുതൽ തൊഴിലവസരങ്ങൾ സൃഷ്ടിക്കുക സാമ്പത്തിക വികസനത്തിന്റെ അനുപേക്ഷണീയഘടകമാണ്. രാജ്യത്ത് തൊഴിലെടുക്കുന്നവരുടെ എണ്ണം സാമ്പത്തിക പുരോഗതിയുടെ അളവുകോലായി പരിഗണിക്കാം.

തൊഴിലില്ലായ്മ നിരക്ക് രാജ്യത്തെ സാമ്പത്തിക തളർച്ചയുടെ സൂചികയാണ്. സാമ്പത്തിക പ്രതിസന്ധിയുടെയും അളവുകോലാണ്. അമേരിക്കയിലെയും യൂറോപ്യൻ യൂണിയൻ രാജ്യങ്ങളിലെയും തൊഴിലില്ലായ്മ നിരക്ക് അവിടത്തെ സാമ്പത്തിക പ്രതിസന്ധിയുടെ രൂക്ഷത വെളിപ്പെടുത്തുന്നു. തൊഴിലെടുക്കാൻ പ്രാപ്തിയോ സന്നദ്ധതയോ ഉള്ളവരിൽ (Labour force) എത്രപേർക്ക് തൊഴിലില്ലാ എന്നു കണക്കാക്കിയാണ് തൊഴിലില്ലായ്മ നിരക്ക് തിട്ടപ്പെടുത്തുന്നത്. യൂറോപ്യൻ യൂണിയനിലെ തൊഴിലില്ലായ്മ നിരക്ക് 10.7 ശതമാനമാണ്. 23.7 ശതമാനം യുവാക്കൾക്ക് തൊഴിലില്ല. 2.6 കോടി തൊഴിൽരഹിതരുണ്ട് യൂറോപ്യൻ യൂണിയനിൽ. സ്പെയിനിൽ 26.6 ശതമാനമാണ് തൊഴിലില്ലായ്മ നിരക്ക്.

ഉൽപ്പാദനം മാത്രമല്ല തൊഴിലവസരങ്ങൾ സൃഷ്ടിക്കുന്നത്. തൊഴിലാളികളുടെ സാമ്പത്തിക സുരക്ഷ പ്രധാനമാണ്. അത് ജോലിയെയും കൂലിയെയും ആശ്രയിച്ചിരിക്കുന്നു. അതുപോലെ ദാരിദ്ര്യവും അതിന്റെ തീക്ഷ്ണതയും തൊഴിൽ ലഭ്യതയുമായി ബന്ധപ്പെട്ടിരിക്കുന്നു. ദാരിദ്ര്യ നിർമാർജനത്തിനുള്ള ഏതു ശ്രമവും തൊഴിൽ ലഭ്യത ഉയർത്തുന്നതാകണം.

രാജ്യത്ത് ഒരു വർഷം ഭൂരിഭാഗം ദിവസങ്ങളിലും തൊഴിലൊന്നും ലഭിക്കാത്തവർ കോടിക്കണക്കിനുവരും. സമ്പൂർണതൊഴിൽ രഹിതരാണവർ. Usual Principal Status Employment എന്നാണ് വർഷത്തിൽ ഏതാനും ദിവസങ്ങൾ മാത്രം തൊഴിലുള്ളവർക്കു സാങ്കേതിക നിർവചനം.

തൊഴിൽരഹിതരുടെ സർവെ നടക്കുന്ന ആഴ്ചയിൽ ഒരു മണിക്കൂർ പോലും ജോലി ലഭിക്കാത്തവരാണ് മറ്റൊരു വിഭാഗം. Current Weekly Status Unemployment എന്നാണ് അത്തരം തൊഴിലില്ലായ്മ അറിയപ്പെടുന്നത്. സർവെ ആഴ്ചയിൽ ഒരു ദിവസമോ ഏതെങ്കിലും ഒരു ദിവസമോ ജോലി ഇല്ലാതിരുന്നവരാണ് മൂന്നാമത്തെ വിഭാഗം. സാങ്കേതികമായി Current Daily status unemployment എന്നു വിശേഷിപ്പിക്കുന്നു

മേൽകൊടുത്ത മൂന്നു വിഭാഗങ്ങളിൽ, ആദ്യത്തെ രണ്ടെണ്ണം സമ്പൂർണതൊഴിലില്ലായ്മയെ കുറിക്കുന്നു. മൂന്നാമത്തെതാകട്ടെ സമ്പൂർണ തൊഴിൽരഹിതരെയും പ്രച്ഛന്ന തൊഴിൽ (Disguised unemployment) രഹിതരെയും ഉൾക്കൊള്ളുന്നു.

സമ്പൂർണ തൊഴിൽ രഹിതരുടെ തൊഴിലില്ലായ്മ മാത്രമല്ല രാജ്യം അഭിമുഖീകരിക്കുന്ന പ്രശ്നം. ഭാഗിക തൊഴിൽ മാത്രമുള്ള, കുറഞ്ഞ കൂലി ലഭിക്കുന്ന കോടിക്കണക്കിനാളുകൾ രാജ്യത്തുണ്ട്. ഏതാനും മണിക്കൂറുകളിലേയോ ഏതാനും ദിവസങ്ങളിലേയോ തൊഴിൽ അവരുടെ ദാരിദ്ര്യം മാറ്റാൻ പര്യാപ്തമല്ല. തൊഴിൽരഹിതരിൽ നിന്നും ഒട്ടും വ്യത്യസ്തരല്ല അത്തരം ആളുകൾ.

ഇന്ത്യയുടെ സാമ്പത്തികാസൂത്രണത്തിന്റെ പ്രഖ്യാപിതലക്ഷ്യങ്ങളിലൊന്ന് എല്ലാവർക്കും തൊഴിൽ നൽകുകയാണ്. രണ്ടാം പഞ്ചവത്സര പദ്ധതിയുടെ നാല് പ്രമുഖലക്ഷ്യങ്ങളിൽ സമ്പൂർണ തൊഴിലവസരങ്ങൾ

പ്രധാന സ്ഥാനത്തു നിൽക്കുന്നു. ഒന്നാമത്തെ ലക്ഷ്യം ഉയർന്ന ദേശീയ വരുമാനവും ഉയർന്ന ആളോഹരി വരുമാനവും കൈവരുത്തുകയാണ്. ഉൽപ്പാദനവർധനയും ഉയർന്ന ദേശീയവരുമാനവും സ്വാഭാവികമായും തൊഴിലവസരങ്ങൾ വർധിപ്പിക്കുമെന്ന് ഗവൺമെന്റ് കണക്കുകൂട്ടി. ദേശീയ വരുമാനവർധന സമ്പാദ്യം വളർത്തുമെന്നും, നിക്ഷേപം വർധിപ്പിക്കുമെന്നും വർധിച്ച നിക്ഷേപം തൊഴിലവസരങ്ങൾ സൃഷ്ടിക്കുമെന്നും കണക്കാക്കപ്പെട്ടു. സ്വാഭാവികമായും തൊഴിലവസരങ്ങളുടെ വർധന ഒരു പ്രത്യേക അജണ്ടയായില്ല. ദേശീയ വരുമാന വർധനയാണ് മുഖ്യ അജണ്ടയായത്. തൊഴിലവസരങ്ങൾ അനുബന്ധഫലവും.

എന്നാൽ, ഫലത്തിൽ, ദേശീയ വരുമാനവർധന, കൂടുതൽ തൊഴിലവസരങ്ങൾ സൃഷ്ടിച്ചില്ല. ദേശീയ വരുമാനവും തൊഴിലില്ലായ്മയും ഒരേ ദിശയിൽ നീങ്ങിയതാണ് അനുഭവം. ആഗോളവൽക്കരണത്തിന്റെ പ്രത്യാഘാതങ്ങളെക്കുറിച്ച് പഠിച്ച അന്താരാഷ്ട്ര തൊഴിൽ സംഘടനയ്ക്കു കീഴിലെ വേൾഡ് കമ്മീഷന്റെ നിരീക്ഷണം പ്രത്യേകം ശ്രദ്ധേയമാണ്. "ദേശീയവും അന്തർദേശീയവുമായ നയരൂപീകരണത്തിൽ തൊഴിലവസരങ്ങൾ സൃഷ്ടിക്കുന്നതിന് മുന്തിയ പരിഗണന നൽകേണ്ടതുണ്ട്. അതിനെ ഒരു അവശിഷ്ടപ്രശ്നമായി കണക്കാക്കുന്നതാണ് ഇന്നത്തെ രീതി."

ആഗോളവൽക്കരണം തൊഴിൽ രംഗത്ത് പ്രകടമായ രണ്ടു പ്രത്യാഘാതങ്ങൾ ഉണ്ടാക്കി. ഒന്ന് തൊഴിലവസരങ്ങൾ വർധിപ്പിച്ചില്ല. രണ്ട്, നിലവിൽ തൊഴിലുണ്ടായിരുന്ന കോടിക്കണക്കിനു തൊഴിലാളികൾക്ക് തൊഴിൽ നഷ്ടപ്പെടുകയും അവർ അസംഘടിത മേഖലയിൽ അഥവാ അനൗപചാരിക മേഖലയിലേക്ക് പറിച്ചെറിയപ്പെടുകയും ചെയ്തു. സ്ഥിരം തൊഴിലാളികളുടെ എണ്ണം ചുരുങ്ങി; അനൗപചാരിക തൊഴിലാളികളുടെ എണ്ണം കൂടി. ജോലി സ്ഥിരതയും സേവന വ്യവസ്ഥകളുമാണ് സ്ഥിരം തൊഴിലിന്റെ പ്രത്യേകതകൾ. അനൗപചാരിക തൊഴിലിന് അവ രണ്ടുമില്ല. സ്ഥിരം തൊഴിലുകളിൽ നിന്നു പറിച്ചെറിയപ്പെട്ടവരും പുതിയതായി തൊഴിൽതേടുന്നവരും ഒരുപോലെ കരാർ ജോലിയോ താൽക്കാലിക ജോലിയോ സ്വീകരിക്കാൻ നിർബന്ധിതരാകുന്നു. രാജ്യത്ത് അത്തരം തൊഴിൽ ചെയ്യുന്നവരുടെ സംഖ്യ വർധിച്ചുവരുകയാണ്.

ആഗോളവൽക്കരണത്തെ തുടർന്ന് സംഘടിത മേഖലയിലെ തൊഴിലവസരങ്ങൾ ഗണ്യമായി ഇടിഞ്ഞു. മൊത്തം തൊഴിലവസരങ്ങൾ കുറയാനുള്ള കാരണങ്ങളിൽ ഒന്നായിരുന്നു അത്. 1991 മാർച്ചിൽ 34.11 ലക്ഷം കേന്ദ്ര സർക്കാർ ജീവനക്കാരാണ് ഉണ്ടായിരുന്നത്. അവരുടെ സംഖ്യ 2010 മാർച്ചിൽ 25.52 ലക്ഷമായി ചുരുങ്ങി. കേന്ദ്ര -സംസ്ഥാന- അർധസർക്കാർ - പ്രാദേശിക സർക്കാർ ജീവനക്കാരുടെ ആകെ സംഖ്യ 1991 മാർച്ചിൽ 190.58 ലക്ഷമായിരുന്നത് 2010 മാർച്ചിൽ 178.62 ലക്ഷമായും കുറഞ്ഞു.

രാജ്യത്തെ പ്രധാന തൊഴിൽ മേഖലയാണ് കൃഷിയും അനുബന്ധ തൊഴിലുകളും. 1993 ൽ ആകെ തൊഴിലാളികളിൽ 61.03 ശതമാനം കാർഷികമേഖലയിലാണ് തൊഴിലെടുത്തിരുന്നത്. 2006-07 ൽ അത് 50.19 ശത

മാനമായി കുറഞ്ഞു. അതേസമയം വ്യവസായമേഖലയിലെ തൊഴിലസരങ്ങൾ വർധിച്ചതുമില്ല. 1993 ൽ വ്യവസായ മേഖലയിൽ 11.10 ശതമാനം പേർ തൊഴിലെടുത്തിരുന്നപ്പോൾ 2006-07 ൽ അത് 13.33 ശതമാനമായി മാത്രമാണ് വർധിച്ചത്. കാർഷിക തൊഴിലസരങ്ങൾ 15.23 ശതമാനം ഇടിഞ്ഞപ്പോൾ വ്യവസായിക മേഖല കൈവരിച്ചത് 2.06 ശതമാനംവർധനമാത്രം.

നാഷണൽ സാമ്പിൾ സർവെ ഓർഗനൈസേഷന്റെ സ്ഥിതിവിവരക്കണക്കുപ്രകാരം, 1993-94 ലെ തൊഴിലില്ലായ്മ നിരക്ക് 5.99 ശതമാനമായിരുന്നു. 2009-10 ൽ അത് 6.6 ശതമാനമായി വർധിച്ചു. 1993-94 മുതൽ 1999-2000 വരെ കാലയളവിൽ തൊഴിലസരങ്ങൾ 4.74 ശതമാനം വർധിച്ചപ്പോൾ 2004-05 മുതൽ 2009-10 കാലത്ത് 4.16 ശതമാനം ഇടിവു രേഖപ്പെടുത്തുകയാണുണ്ടായത്. കേന്ദ്രസർക്കാരിനു കീഴിലെ ലേബർ ബ്യൂറോ നടത്തിയ സാമ്പിൾ സർവെ കൂടുതൽ വിവരങ്ങൾ വെളിപ്പെടുത്തുന്നുണ്ട്. ആകെ തൊഴിലെടുത്തിരുന്നവരിൽ 48.65 ശതമാനം സ്വയം തൊഴിൽ ചെയ്യുന്നവരാണ്. 31.7 ശതമാനം കരാർ- താൽക്കാലിക തൊഴിലാളികളും. രണ്ടും ചേർന്ന് 80.35 ശതമാനം. സ്ഥിരം തൊഴിലാളികൾ 19.7 ശതമാനമാണ്. സ്വയം തൊഴിൽ ചെയ്യുന്നവരിൽ 52.9 ശതമാനം കാർഷിക-മത്സ്യബന്ധന മേഖലകളിലാണ്.

മേൽ കണക്കുകളിൽ നിന്ന് വ്യക്തമാകുന്ന ചില കാര്യങ്ങളുണ്ട്. ഒന്ന്, കാർഷിക മേഖലയാണ് ഇപ്പോഴും ഭൂരിപക്ഷത്തിന്റെയും ഉപജീവനമാർഗം. രണ്ട്, വ്യാവസായിക തൊഴിലസരങ്ങളുടെ വർധന നാമമാത്രമാണ്. മൂന്ന്, സ്ഥിരം തൊഴിലാളികൾ മൊത്തം തൊഴിലാളികളുടെ അഞ്ചിലൊന്നിൽ താഴെയാണ്. നാല്, കരാർ- താൽക്കാലിക തൊഴിലാളികളാണ് ഭൂരിഭാഗം. അഞ്ച്. ആഗോളവൽക്കരണത്തിന് മുമ്പ് കൈവരിച്ച തൊഴിൽ ലഭ്യതാ വളർച്ച നിരക്ക് ആഗോളവൽക്കരണത്തെ തുടർന്ന് നിലനിർത്തപ്പെട്ടില്ല.

ആഗോളവൽക്കരണ നയത്തെ പൂർണമായും ആശ്ലേഷിച്ചുകൊണ്ടുള്ള പഠന റിപ്പോർട്ടാണ് തൊഴിലസരങ്ങൾ സംബന്ധിച്ച വിദഗ്ധസമിതി തയാറാക്കിയത്. മൊണ്ടേക്സിങ് അലുവാലിയ ആയിരുന്നു വിദഗ്ധസമിതി (2001) ചെയർമാൻ. ഏറെ പൊരുത്തക്കേടുകൾ നിറഞ്ഞ യാഥാർഥ്യബോധമില്ലാത്ത ശുപാർശകളാണ് കമ്മിറ്റി മുന്നോട്ടുവെച്ചത്. ശുപാർശകൾക്ക് അടിസ്ഥാനമായി സ്വീകരിച്ചത് രണ്ടു നിഗമനങ്ങളാണ്. ദേശീയ വരുമാന വർധന തൊഴിലസരങ്ങൾ വളർത്തുമെന്നായിരുന്നു ഒന്ന്. അനുഭവം കൊണ്ട് അടിസ്ഥാനരഹിതമെന്നു തെളിയിച്ചതാണ് ആ നിഗമനം. സംഘടിത തൊഴിൽ മേഖലയുടെ വിപുലീകരണം തൊഴിലസരങ്ങൾ വളർത്തുമെന്നായിരുന്നു രണ്ടാമത്തെ നിഗമനം. 1980 കളിൽ 10 ശതമാനം തൊഴിലസരങ്ങൾ സംഘടിത മേഖലയിൽ ഉണ്ടായിരുന്നത് 1990 കളിൽ 7 ശതമാനമായി ഇടിഞ്ഞ പശ്ചാത്തലത്തിലാണ് മേൽ ശുപാർശ എന്നതാണ് ഏറെ കൗതുകകരം. വിദഗ്ധസമിതിയുടെ ശുപാർശകൾ ഇങ്ങനെ ചുരുക്കാം.

1. കൃഷിയിലും അനുബന്ധ മേഖലകളിലും കോർപ്പറേറ്റ് മൂലധന നിക്ഷേപം പ്രോത്സാഹിപ്പിക്കണം.
2. തരിശുഭൂമി ഭൂപരിഷ്കരണനിയമത്തിന്റെ പരധിയിൽ നിന്ന് ഒഴിവാക്കണം. അഗ്രോ-കമ്പനികൾക്ക് ഭൂമി വാങ്ങാനും, വികസിപ്പിക്കാനും വിൽക്കാനും അനുവാദം നൽകണം.
3. വൻകിട ബഹുരാഷ്ട്ര കുത്തക കോർപ്പറേഷനുകളെ ഭക്ഷ്യസംസ്കരണവ്യവസായങ്ങളിലേക്ക് ആകർഷിക്കണം.
4. ചെറുകിട വ്യവസായങ്ങൾക്കു നൽകുന്ന പ്രത്യേക പരിഗണന നാലു വർഷത്തിനകം പൂർണമായി നിർത്തലാക്കണം.
5. നിർമാണ മേഖലയിൽ വൻകിട നിർമാണകമ്പനികളെ പ്രോത്സാഹിപ്പിക്കണം.
6. ആധുനിക ചില്ലറ വിൽപ്പന രംഗം അതിവേഗം ശക്തിപ്പെടുത്തണം.
7. ഗതാഗത രംഗത്ത് വൻകിട ട്രാൻസ്പോർട്ട് കമ്പനികളെ സ്വാഗതം ചെയ്യണം.
8. തൊഴിലാളികളെ നിയമിക്കാനും പിരിച്ചുവിടാനും കഴിയുംവിധം തൊഴിൽ തർക്കനിയമത്തിലെ പ്രസക്ത വകുപ്പുകൾ ഭേദഗതി ചെയ്യണം.
9. കോൺട്രാക്ട് തൊഴിൽ നിയമം ഭേദഗതിചെയ്ത് പുറം കരാർ സമ്പ്രദായം വിപുലമാക്കണം.

ശുപാർശകൾ ഇന്ത്യാ ഗവൺമെന്റ് പെട്ടെന്ന് ഔപചാരികമായി അംഗീകരിച്ചില്ല. പക്ഷെ, നടപ്പിലാക്കി വരുന്ന തൊഴിൽ-സാമ്പത്തിക നടപടികൾ അലുവാലിയയുടെ ശുപാർശകളുടെ ചുവടുപിടിച്ചു കൊണ്ടുള്ളവയാണ്.

വൻകിട വ്യവസായങ്ങൾ തൊഴിൽ പ്രദാനം ചെയ്യുമെന്ന വാദം നിരർഥകമാണ്. അവ മൂലധന സാന്ദ്രതയുള്ളതും കുറച്ചു മാത്രം തൊഴിൽ ശക്തി ആവശ്യമാക്കുന്നവയുമാണ്. കാർഷികാടിസ്ഥിത വ്യവസായങ്ങളും ചെറുകിട-ഇടത്തരം വ്യവസായങ്ങളുമാണ് കൂടുതൽ തൊഴിലസരങ്ങൾ സൃഷ്ടിക്കുക. പക്ഷേ ആ മേഖലയിൽ കോർപ്പറേറ്റ് സ്ഥാപനങ്ങൾ താൽപ്പര്യമെടുക്കുകയില്ല. സർക്കാർ പ്രോത്സാഹിപ്പിക്കുന്നത് കോർപ്പറേറ്റ് മേഖലയെയാണ്. സ്വാഭാവികമായും സർക്കാരിന്റെ പൊതു സാമ്പത്തിക നയവും തൊഴിലവസരങ്ങളുടെ വർധനയെന്ന ആവശ്യവും പൊരുത്തപ്പെടുന്നില്ല

ആഗോളവൽക്കരണത്തെ "വിപണി ആദ്യം പിന്നെ മനുഷ്യർ" എന്ന് World Commission on the Social Dimension of Globalisation (2004) വിലയിരുത്തിയിട്ടുണ്ട്. "അനൗപചാരിക തൊഴിൽ മേഖലയിൽ പണിയെടുക്കുന്ന ലോക ജനസംഖ്യയിൽ ഭൂരിപക്ഷവും വിപണിയിലും ആഗോളവൽക്കരണത്തിലും നേരിട്ടു പങ്കാളികളാകുന്നില്ല" എന്നും കമ്മീഷൻ കൂട്ടിച്ചേർക്കുന്നു.

അന്താരാഷ്ട്ര തൊഴിൽ സംഘടന (International Labour

Organisation) അതിന്റെ പഠനറിപ്പോർട്ടിൽ (Global Employement Trends - 2012 -Preventing deeper job crisis)- തൊഴിലില്ലായ്മ സംബന്ധിച്ചുവരച്ചു കാണിക്കുന്ന ചിത്രം സ്തോഭജനകമാണ്. “ഇപ്പോൾ അടിയന്തര ആവശ്യം തൊഴിലവസരങ്ങൾ വർധിപ്പിക്കുന്ന ഉൽപ്പാദന പ്രവർത്തനങ്ങളെ ലക്ഷ്യമാക്കുകയാണ്. തൊഴിലില്ലായ്മയും വരുമാനരാഹിത്യവുമാണ് ആഗോളമാന്ദ്യത്തിനു കാരണം” എന്ന് ILO വിലയിരുത്തുന്നു. 171 ദശലക്ഷം ജനങ്ങൾ സാമ്പത്തികമാന്ദ്യം ആരംഭിക്കുന്നതിനു മുമ്പ് തൊഴിൽ രഹിതരായിരുന്നു. മാന്ദ്യം മൂർച്ഛിച്ചതോടെ 27 ദശലക്ഷം പേർ കൂടി തൊഴിൽരഹിതരായി. പുതിയ തൊഴിലന്വേഷകരുടെ വരവ് തൊഴിൽരഹിതരുടെ സംഖ്യ ഇനിയുമുയർത്തും. “2012 ആകുമ്പോഴെക്കും 200 ദശലക്ഷം പേർ കടുത്ത തൊഴിലില്ലായ്മയെ നേരിടും. 2013 ൽ അത് 209 ദശലക്ഷം ആയി വളരും.” തൊഴിലാളികളും ജനസംഖ്യയും തമ്മിലെ അനുപാതം 2007 ൽ 61.2 ശതമാനമായിരുന്നു. 2010 ൽ അത് 60.2 ശതമാനമായി ഇടിഞ്ഞു ലോകമെമ്പാടുമുള്ള 900 ദശലക്ഷം തൊഴിലെടുക്കുന്ന ദരിദ്രരിൽ (Working poor എന്നാണ് ILO വിശേഷിപ്പിക്കുന്നത്) 456 ദശലക്ഷം പരമ ദരിദ്രരാണ്. അവരുടെ പ്രതിദിന വരുമാനം 1.25 ഡോളറിൽ താഴെയാണ്. 1.25 ഡോളറാണ് ദാരിദ്ര്യരേഖ. 2000 ത്തിനു ശേഷം ദരിദ്രരുടെ എണ്ണത്തിലുണ്ടായ 158 ദശലക്ഷത്തിന്റെ കുറവും, 2007 നുശേഷം 24 ദശലക്ഷത്തിന്റെ കുറവും കണക്കിലെടുത്തുള്ള ജനസംഖ്യയാണ് 900 ദശലക്ഷം. ഈ കുറവിനു മുഖ്യകാരണം വികസനത്തിലും ദാരിദ്ര്യ നിർമാർജനത്തിലും ചൈന കൈവരിച്ച നേട്ടമാണ്. ദരിദ്രരുടെ എണ്ണത്തിൽ 2000 ത്തിനു ശേഷം 158 ദശലക്ഷത്തിന്റെയും 2007 നു ശേഷം 24 ദശലക്ഷത്തന്റെയും കുറവു വരുത്താൻ ചൈനക്കു കഴിഞ്ഞു. തന്മൂലം ലോകത്തെ മൊത്തം ദരിദ്രരുടെ എണ്ണത്തിൽ ഇടിവുണ്ടായി. പക്ഷെ, ആഗോളമായി ഇപ്പോഴും ദരിദ്രരുടെയും തൊഴിൽരഹിതരുടെയും എണ്ണം വളരെ ഉയർന്നു തന്നെ തുടരുന്നു എന്നു മാത്രമല്ല, ആഗോളവൽക്കരണവും ആഗോളസാമ്പത്തിക മാന്ദ്യവും തൊഴിലില്ലായ്മ രൂക്ഷമാക്കുന്നു.

ഇന്ത്യയെ സംബന്ധിച്ചിടത്തോളം എത്ര ലാഘവത്തോടെയാണ് ഭരണകർത്താക്കൾ തൊഴിലില്ലായ്മയെ സമീപിക്കുന്നത് എന്നതിന്റെ ഉദാഹരണമാണ് 12-ാം പദ്ധതി കരടുരേഖയിലെ ലക്ഷ്യപ്രഖ്യാപനം പന്ത്രണ്ടാം പദ്ധതി (2012-13) ക്കാലത്ത് കാർഷികേതരമേഖലയിൽ 5കോടി പുതിയ തൊഴിലവസരങ്ങൾ സൃഷ്ടിക്കുമെന്ന് രേഖ പറയുന്നു. അനുഭവം എന്തെങ്കിലും പാഠം നൽകുന്നുവെങ്കിൽ, അസാധ്യമായ കാര്യമാണ് പന്ത്രണ്ടാം പദ്ധതി ലക്ഷ്യമാക്കുന്നത്.

7

സബ്സിഡികൾ സ്വതന്ത്രകമ്പോളം മുതലാളിത്തം

കമ്പോളവില നിയന്ത്രിക്കുകയും ഉൽപ്പാദന വിതരണ മേഖലകളെ പ്രോത്സാഹിപ്പിക്കുകയുമാണ് സബ്സിഡികളുടെ ലക്ഷ്യം. സബ്സിഡികളുടെ അഭാവത്തിൽ കുറഞ്ഞ വരുമാനക്കാരുൾപ്പെടെ കൂടിയ കമ്പോള വിലക്ക് സാധനങ്ങളും സേവനങ്ങളും വാങ്ങേണ്ടിവരും. ദുർവഹമായ ഭാരമായിരിക്കും അതു ജനങ്ങളിൽ ഏൽപ്പിക്കുക. കമ്പോളവില തത്വത്തിൽ ആവശ്യവും ലഭ്യതയും അനുസരിച്ചാണ് നിർണയിക്കപ്പെടുന്നത്. ലഭ്യത എന്ന വാക്കിന് കൃത്യമായ അർഥമുണ്ട്. കമ്പോളത്തിൽ വിൽക്കാൻ വേണ്ടി വെച്ചിട്ടുള്ളത് എന്നാണ് ലഭ്യതയുടെ അർഥം. ഒരു വ്യാപാരി തന്റെ കൈവശമുള്ള സാധനങ്ങൾ മുഴുവൻ കമ്പോളത്തിൽ വിൽപ്പനക്കു എത്തിക്കണമെന്നില്ല. ഒരുഭാഗം, ചിലപ്പോൾ ഗണ്യമായ ഭാഗം തന്നെ, അയാൾ പൂഴ്ത്തി വെച്ചിരിക്കും. അനവധി വ്യാപാരികൾ അല്ലെങ്കിൽ പ്രമുഖ വ്യാപാരികൾ അങ്ങനെ ചെയ്യുമ്പോൾ കമ്പോളത്തിൽ സാധനങ്ങൾക്ക് ദൗർലഭ്യം അനുഭവപ്പെടും. കുറഞ്ഞ ലഭ്യത വിലയുയർത്തും. ആവശ്യത്തിലുണ്ടാകുന്ന വർധനയും വിലയുയർത്തും.

രാജ്യത്ത് ധനിക- ദരിദ്ര വ്യത്യാസമില്ലാതെ സകലർക്കും ധാരാളമായി സ്വത്തും വരുമാനവുമുണ്ടെങ്കിൽ ഉയർന്ന കമ്പോള വിലയ്ക്ക് ഏവർക്കും സാധനങ്ങളും സേവനങ്ങളും ആവശ്യമനുസരിച്ച് വാങ്ങാൻ കഴിയും. കുറച്ചു ധനികരും ഭൂരിപക്ഷം ദരിദ്രരുമുള്ള സമൂഹത്തിൽ ധനികർക്ക് സാധനങ്ങളും സേവനങ്ങളും ലഭ്യമാകും. ദരിദ്രർക്ക് അവ ലഭിക്കുകയില്ല. അഥവാ, ലഭിക്കണമെങ്കിൽ മറ്റേതെങ്കിലും ആവശ്യങ്ങൾ ഉപേക്ഷിക്കേണ്ടിവരും. നിത്യോപയോഗസാധനങ്ങളുടെ കാര്യത്തിലാണ് ഇത് കൂടുതൽ ബാധകം.

സബ്സിഡികൾ വിലകുറയ്ക്കും. അത് അൽപ്പവരുമാനക്കാരായ ബഹുഭൂരിപക്ഷത്തിന് ഒരു കൈത്താങ്ങാണ്. കമ്പോളവിലയും പൊതു

വിതരണ ശൃംഖല വഴി വിതരണം ചെയ്യപ്പെടുന്ന സാധനങ്ങളുടെയും സേവനങ്ങളുടെയും വിലയും തമ്മിലെ വ്യത്യാസമാണ് സബ്സിഡി. സബ്സിഡി ഗവൺമെന്റ് വഹിക്കുന്നു. സബ്സിഡി ഉയർത്തുന്തോറും വില കുറയുകയും സബ്സിഡി താഴ്ത്തുന്തോറും വില ഉയരുകയും ചെയ്യും. സബ്സിഡിയിൽ വരുത്തുന്ന ഏതു വെട്ടിക്കിഴിവും വിലയുയർത്തും. പൂർണമായും ഒഴിവാക്കപ്പെടുന്നതോടെ കമ്പോളവില മാത്രം നിലവിൽ വരും.

സബ്സിഡികൾ കമ്പോളവിലയെ സ്വാധീനിക്കുന്ന പ്രധാന ഘടകമാണ്. അത് വില കുറയ്ക്കുവാൻ വ്യാപാരികളെ നിർബന്ധിക്കുന്നു. പൊതു വില നിലവാരം പിടിച്ചു നിർത്തുന്നതിൽ പ്രധാന പങ്കാണ് സബ്സിഡികൾ നിർവഹിക്കുന്നത്.

ഉൽപ്പാദനം വളർത്തുന്നതിലും സബ്സിഡികൾ പ്രധാന പങ്കുവഹിക്കുന്നു. ഉദാഹരണമായി,. കുറഞ്ഞ വിലയ്ക്ക് രാസവളങ്ങളും വൈദ്യുതിയും വെള്ളവും ലഭ്യമാക്കുന്നത് കാർഷികച്ചെലവു കുറയ്ക്കാനും കർഷകരുടെ ആദായമുയർത്താനും സഹായിക്കും. കൃഷിക്കുമാത്രമല്ല വ്യവസായ വളർച്ചയിലും കയറ്റുമതി വർധനയിലും സബ്സിഡികൾ പ്രധാനമാണ്. കുറഞ്ഞ നിരക്കിൽ അസംസ്കൃത വസ്തുക്കളും ഇന്ധനവും ലഭിക്കുന്നത് വ്യവസായ ഉൽപ്പാദനച്ചെലവ് ചുരുക്കി ലാഭം വർധിപ്പിക്കും. ചെറുകിട–ഇടത്തരം വ്യവസായങ്ങൾക്ക് വൻകിട വ്യവസായങ്ങൾക്കൊപ്പം മത്സരിച്ചു വിജയിക്കുവാൻ കഴിയുകയില്ല. കൂടുതൽ തൊഴിലസരങ്ങൾ പ്രദാനം ചെയ്യുന്നവയാണ് ചെറുകിട–ഇടത്തരം വ്യവസായങ്ങൾ. സബ്സിഡി നിരക്കിൽ അസംസ്കൃതവസ്തുക്കളും യന്ത്രങ്ങളും ലഭ്യമാക്കുന്നതും, ഉൽപ്പന്നങ്ങൾ സർക്കാർ തന്നെ വാങ്ങുന്നതും അത്തരം വ്യവസായങ്ങളുടെ വളർച്ചക്ക് വഴിയൊരുക്കും. വിദേശ ഉൽപ്പന്നങ്ങളുമായി മത്സരിച്ച് കയറ്റുമതി ഉയർത്തുവാനും സബ്സിഡികൾ പ്രധാനമാണ്.

ഇങ്ങനെ നാനാരൂപത്തിൽ പ്രയോജനകരമായ സബ്സിഡികൾ പൂർണമായി ഉപേക്ഷിച്ച് കമ്പോള വ്യവസ്ഥയിലേക്ക് മാറണമെന്നാണ് ആഗോളവൽക്കരണം അനുശാസിക്കുന്നത്. ഒറ്റയടിക്ക് സബ്സിഡികൾ ഒഴിവാക്കുന്നതിന്റെ രാഷ്ട്രീയ പ്രത്യാഘാതം മനസിലാക്കുന്ന സർക്കാർ രണ്ടുരീതികളാണ് അവലംബിക്കുന്നത്. ഒന്ന്, ക്രമാനുഗതമായി സബ്സിഡികൾ വെട്ടിച്ചുരുക്കുക. രണ്ട്, ആ നീക്കത്തിന് ന്യായീകരണം തേടി വിദഗ്ധ സമിതിയെ നിയമിച്ച് ശുപാർശകൾ സ്വീകരിക്കുക.

ലോകമെങ്ങും ഒരൊറ്റ കമ്പോളമാക്കുകയാണ് സാമ്രാജ്യത്വത്തിന്റെ ലക്ഷ്യം. സർക്കാർ ഇടപെടൽ സ്വതന്ത്ര കമ്പോളവ്യവസ്ഥക്ക് തടസമാണ്. ആയതിനാൽ സർക്കാർ പിന്മാറുകയും വില നിർണായാവകാശം കമ്പോളശക്തികൾക്ക് വിട്ടു കൊടുക്കുകയും വേണം. സബ്സിഡികൾ ഉപേക്ഷിക്കുക എന്നാൽ സർക്കാർ പിന്മാറുക എന്നാണർഥം. സർക്കാർ പിന്മാറ്റത്തിനു സൈദ്ധാന്തിക ന്യായീകരണം നൽകാനാണ് കമ്മി വർധ

നയുടെ അപകടത്തിൽ ശ്രദ്ധയൂന്നുന്നത്. റവന്യൂ കമ്മിയും ധനകമ്മിയും അപകടകാരികളാണ്; അതുകൊണ്ടവ നിശ്ചിത പരിധിയിലേക്കു ചുരുക്കിക്കൊണ്ടുവരണം, സർക്കാർ ചെലവ് ഉയരുന്നതാണ് കമ്മി കൂടാൻ കാരണം, ചെലവുകളിൽ മുഖ്യ ഇനങ്ങളാണ് ഭക്ഷ്യവസ്തുക്കൾ, രാസവളങ്ങൾ, ഇന്ധനം എന്നിവയ്ക്ക് നൽകുന്ന സബ്സിഡികൾ. പ്രസ്തുത സബ്സിഡികൾ ഉപേക്ഷിക്കണം. ഇതാണ് വാദം. ഈ വാദത്തെ അപ്പാടെ സ്വീകരിച്ചുള്ള നടപടികളാണ് ഇന്ത്യാഗവൺമെന്റു പിന്തുടരുന്നത്.

പെട്രോളിയം ഉൽപ്പന്നങ്ങളുടെ വില വർധന ശുപാർശ ചെയ്യാനാണ് 2010 ഫെബ്രുവരി 2 ന് കിരിത് പരീഖ് കമ്മിറ്റി നിയമിതമായത്. എണ്ണ വില നിയന്ത്രണം എണ്ണ കമ്പനികളെ ഏൽപ്പിക്കണമെന്ന് കമ്മിറ്റി ശുപാർശ ചെയ്തു. സർക്കാർ അംഗീകരിച്ച് 2010 ജൂൺ 25 ന് തീരുമാനമെടുക്കുകയും ചെയ്തു. എണ്ണകമ്പനികൾ നഷ്ടത്തിലാണെന്ന വാദമുയർത്തിയാണ് വില നിയന്ത്രണം നീക്കിയത്. വാസ്തവത്തിൽ എണ്ണക്കമ്പനികൾ നഷ്ടത്തിലല്ല. ലാഭത്തിലാണ്. പൊതുമേഖലാ എണ്ണകമ്പനികളുടെ 2012 ജൂലായ്-സെപ്തംബർ രണ്ടാം പാദത്തിലെ ലാഭത്തിന്റെ കണക്കു കാണുക:

പൊതുമേഖലാ സ്ഥാപനത്തിന്റെ പേര്	രണ്ടാം പാദത്തിലെ ലാഭം കോടി രൂപ
ഇന്ത്യൻ ഓയിൽ കോർപ്പറേഷൻ	9611
ഭാരത് പെട്രോളിയം കോർപ്പറേഷൻ	5034.79
ഹിന്ദുസ്ഥാൻ പെട്രോളിയം കോർപ്പറേഷൻ	2327.09

(അവലംബം: ബാലൻസ് ഷീറ്റുകൾ)

പെട്രോളിയം മേഖല സർക്കാരിന്റെ ഒരു പ്രധാന വരുമാനസ്രോതസ്സാണ്. ഒ എൻ ജി സി, ഗെയിൽ, ഓയിൽ ഇന്ത്യ എന്നീ പൊതുമേഖലാ എണ്ണ ഖനനകമ്പനികളിൽ (അപ്സ്റ്റ്രീം കമ്പനികൾ) നിന്നും സർക്കാരിനു കൈവന്ന നികുതി വരുമാനത്തിന്റെ പട്ടിക താഴെ ചേർക്കുന്നു.

വർഷം	നികുതി വരുമാനം (കോടി രൂപ)
2009–10	111779
2010–11	135433

എണ്ണപര്യവേക്ഷണ–ഖനനമേഖലകളിൽ പ്രവർത്തിക്കുന്ന പ്രമുഖ പൊതുമേഖല എണ്ണക്കമ്പനികളായ ഒ എൻ ജി സി 2011–12 സാമ്പത്തികവർഷം സർക്കാരിനു നൽകിയ നികുതി 11519.64 കോടി രൂപയായിരുന്നു. അക്കൊല്ലം നികുതി കുറച്ചുള്ള ലാഭം 25122.92 കോടി രൂപയായിരു

ന്നു. ഗെയിൽ (ഇന്ത്യ) അടച്ചത് 1428.47 കോടിരൂപയുടെ നികുതിയും, നികുതി ഒഴിവാക്കിയ ലാഭം 3653.84 കോടിയുമായിരുന്നു. ഓയിൽ ഇന്ത്യ ലിമിറ്റഡിന്റേത്. യഥാക്രമം 1654.94 കോടിയും 3446.92 കോടി രൂപയുമായിരുന്നു.

(അവലംബം : കമ്പനികളുടെ പ്രസിദ്ധീകൃതബാലൻസ് ഷീറ്റുകൾ)

ഇതിൽ നിന്നും ചെറിയൊരു തുക മാത്രമെ പൊതുമേഖലാ എണ്ണ മാർക്കറ്റിങ് കമ്പനികൾക്ക് സബ്സിഡിയായി നൽകുന്നുള്ളൂ. 2011–12 ലെ പുതുക്കിയ ബജറ്റ് എസ്റ്റിമേറ്റു പ്രകാരം 68481 കോടി രൂപയാണ് പെട്രോളിയം സബ്സിഡി.

1976 ലാണ് സർക്കാർ നേരിട്ട് എണ്ണവില നിശ്ചയിക്കുന്ന സമ്പ്രദായം നിലവിൽ വന്നത്. അന്ന് ഈ മേഖലയിൽ സ്വകാര്യ പങ്കാളിത്തം തുച്ഛമായിരുന്നു. 2008 നു ശേഷമാണ് സ്വകാര്യകമ്പനികൾ ചുവടുറപ്പിക്കുന്നത്. ഇന്ന് റിലയൻസ് ഇൻഡസ്ട്രീസും എസ്സാർ ഓയിലും കെയൺ (ഇന്ത്യയും) വൻ എണ്ണ കമ്പനികളാണ്. എണ്ണ വില സ്വതന്ത്രമായി നിശ്ചയിക്കാനുള്ള അവകാശത്തിനു വേണ്ടിയാണ് അവ വാദിച്ചുപോന്നത്. കിരീത് പരീഖ് കമ്മിറ്റി റിപ്പോർട്ട് ഇങ്ങനെ പറയുന്നു: "പെട്രോൾ, ഡീസൽ എന്നിവയുടെ മേലുള്ള വിലനിയന്ത്രണം പൊതുമേഖലാ എണ്ണ കമ്പനികളെയും സർക്കാരിനെയും ഒരുപോലെ സമ്മർദത്തിലാക്കുന്നു. വില നിയന്ത്രണം എണ്ണവിപണനരംഗത്തെ സ്വകാര്യകമ്പനികളെ പിൻവലിയാൻ നിർബന്ധിക്കുന്നു. ഇത് ആഭ്യന്തര എണ്ണകമ്പനികളുടെ പ്രവർത്തനത്തെ ബാധിച്ചിരിക്കുന്നു."

വില നിയന്ത്രണം നീക്കപ്പെട്ടതോടെ പെട്രോൾ, ഡീസൽ, പാചക വാതകം എന്നിവയുടെ വില ക്രമാതീതമായി ഉയർന്നു. പട്ടിക കാണുക.

പെട്രോളിയം വിലവർധന
(രൂപ ലിറ്ററിന്)

	പെട്രോൾ	ഡീസൽ	മണ്ണെണ്ണ	പാചക വാതകം
ഒന്നാം യു പി എ സർക്കാർ അധികാരത്തിൽ വരുമ്പോൾ	37	26	–	281
2010 ജൂണിൽ വില നിയന്ത്രണം കയ്യൊഴിഞ്ഞപ്പോൾ	47.93	41.10	9.30	
2012 ജനുവരി 7 ലെ വില	70.73	50.75	18.00	438

സബ്സിഡി കൂടാതെയുള്ള ഒരു സിലിണ്ടർ പാചകവാതകത്തിന്റെ വില 2013 ജനുവരി 12 ൽ 940 രൂപയാണ്.

വിലവർധനയ്ക്ക് അനുകൂലമായി എണ്ണക്കമ്പനികൾ ഉന്നയിക്കുന്ന വാദം അണ്ടർ റിക്കവറീസ് (Under recoveries) ആണ്. അണ്ടർ റിക്കവെ

റീസ് കേവലം സാങ്കൽപ്പിക നഷ്ടമാണ്. കമ്പനികളും സർക്കാരും അതിനെ നഷ്ടമെന്നു വിശേഷിപ്പിക്കുന്നില്ല. അണ്ടർ റിക്കവറീസ് കണക്കാക്കുന്നത് എണ്ണക്കമ്പനികൾ തന്നെയാണ്. അതിനുള്ള മാനദണ്ഡം നിശ്ചയിക്കുന്നതും അവർ തന്നെ. സുതാര്യമല്ലാത്ത രീതിയിൽ നിർണയിക്കപ്പെടുന്ന അണ്ടർ റിക്കവറീസിന്റെ യഥാർഥ വസ്തുത വിലയിരുത്താൻ നിലവിൽ സംവിധാനമില്ല. ടെലകോം വ്യവസായത്തിലും ഊർജ വ്യവസായത്തിലും റെഗുലേറ്ററി അതോറിറ്റികളുണ്ട്. വില നിർണയത്തിന്റെ വിശ്വാസ്യത അതോറിറ്റികളാണ് സാക്ഷ്യപ്പെടുത്തുന്നത്. പെട്രോളിയം വ്യവസായത്തിന് പെട്രോളിയം ആന്റ് നാചറൽ ഗ്യാസ് റെഗുലേറ്ററി ബോർഡുണ്ട്. പക്ഷെ വില നിർണയാവകാശം ബോർഡിനില്ല. ആ അവകാശം വിനിയോഗിക്കുന്നത് എണ്ണക്കമ്പനികൾ തന്നെയാണ്. വിലകൾ എത്രകണ്ട് വർധിപ്പിച്ചാലും അണ്ടർ റിക്കവറീസിനെ ചൊല്ലിയുള്ള അവകാശവാദം തുടരും എന്നർഥം.

2013 ജനുവരി 10 ന് നിലവിലുള്ള അണ്ടർ റിക്കവറീസ് ഇങ്ങനെ കണക്കാക്കിയിരിക്കുന്നു.

അണ്ടർ റിക്കവറീസ്

ഇനം	തുക (രൂപ ലിറ്ററിന്/ സിലിണ്ടറിന്)
ഡീസൽ	9.03
മണ്ണെണ്ണ	30.64
പാചകവാതകം	490.50
പാചക വാതകം അധിക സബ്സിഡി	22.58

(അവലംബം: പെട്രോളിയം പ്ലാനിങ് ആന്റ് അനാലിസിസ് സെൽ)

അണ്ടർ റിക്കവറീസ് കൂടി ചേർത്ത് വില നിശ്ചയിക്കാനാണ് എണ്ണക്കമ്പനികൾക്ക് അനുവാദം നൽകപ്പെടുന്നത്. കേൽക്കർ കമ്മിറ്റി ശുപാർശ ചെയ്തതും അതാണ്.

പെട്രോൾ-ഡീസൽ വിലയുടെ പകുതിയിലേറെ കേന്ദ്രനികുതികളാണ്. നികുതികൾ ഒഴിവാക്കിയാൽ ന്യായമായ വിലയ്ക്ക് പെട്രോളും ഡീസലും ലഭ്യമാക്കാം.

ഒരു ബാരൽ ക്രൂഡ് ഓയിലിന്റെ (159 ലിറ്റർ) 2013 ജനുവരി 10 ലെ വില 5995.10 രൂപയാണ്. അതായത് ഒരു ലിറ്റർ ക്രൂഡിന്റെ വില 37.70 രൂപ. സംസ്കരണചെലവും ചേർത്താൽ 40 രൂപയിൽ കൂടുകയില്ല. ശേഷിക്കുന്നത് നികുതികളും ഡീലർ കമ്മീഷനും ട്രാൻസ്പോർട്ട് ചെലവുമാണ്.

പെട്രോൾ-ഡീസൽ നികുതി നിരക്കുകൾ

	അടിസ്ഥാന കസ്റ്റംസ് തീരുവ	അധിക കസ്റ്റംസ് തീരുവ	അടിസ്ഥാന എക്സൈസ് തീരുവ	അധിക എക്സൈസ് തീരുവ
പെട്രോൾ	2.5%	14.35 രൂപ	6.35 രൂപ	8 രൂപ
ഡീസൽ	2.5%	2 രൂപ	–	2 രൂപ

2004 ൽ ഒന്നാം യു പി എ അധികാരമേറ്റതിനുശേഷം പെട്രോൾ വില ലിറ്ററിന് 91 ശതമാനം വർധിച്ചു. ഡീസലിന് 95.19 ശതമാനവും വർധിച്ചു. പാചകവാതകം സിലിണ്ടർ ഒന്നിന് 56 ശതമാനവും.

യൂറിയ ഒഴികെയുള്ള രാസവളങ്ങളുടെ വിലനിയന്ത്രണം 2010 മാർച്ചിൽ പൂർണമായും ഒഴിവാക്കി. അതിന്റെ ഫലമായി വൻതുക ചെലവാക്കി കർഷകർ രാസവളം വാങ്ങേണ്ട സ്ഥിതി വന്നു.

രാസവളം വിലവർധന
വില (രൂപ)

ഇനം	2010 മാർച്ച്	2012 ജനുവരി
ഫാക്റ്റം ഫോസ് (50 കിലോ)	327.47	824
പൊട്ടാഷ്	233	800
കോംപ്ലക്സ് വളം	427	1120

കർഷകരെ കൃഷി ഉപേക്ഷിക്കാൻ പ്രേരിപ്പിക്കത്തക്ക വിധത്തിലുള്ള ഉൽപ്പാദനച്ചെലവു വർധനയാണ് രാസവള സബ്സിഡി ഉപേക്ഷിക്കുക മൂലം സംജാതമാവുന്നത്.

ഭക്ഷ്യവസ്തുക്കൾ, രാസവളം, പെട്രോളിയം എന്നിവയാണ് മേജർ സബ്സിഡികൾ. മൈനർ സബ്സിഡികളുണ്ട്. വിദ്യാർഥികളുടെ ഫീസ്, പുസ്തകങ്ങൾ, ലൈബ്രറി-ലാബറട്ടറി സൗകര്യങ്ങൾ എന്നിവക്കും സർക്കാർ ആശുപത്രികളിലെ പരിശോധന-ചികിത്സ-മരുന്ന് എന്നിവയ്ക്കും സബ്സിഡികളുണ്ട്. മേൽപറഞ്ഞ ഇനങ്ങളിൽ സ്വകാര്യവിദ്യാലയങ്ങളിലെയും സ്വകാര്യ ആശുപത്രികളിലെയും നിരക്കുകളും സർക്കാർ സ്ഥാപനങ്ങളിലെ നിരക്കുകളും തമ്മിൽ താരതമ്യം ചെയ്താൽ സബ്സിഡികളുടെ അളവുമാത്രമല്ല വ്യക്തമാവുക; സാധാരണക്കാർക്കുള്ള പ്രയോജനം കൂടിയാണ്.

സബ്സിഡി ഒഴിവാക്കുന്നതിനു അനുകൂലമായി ഉന്നയിക്കുന്ന മുഖ്യവാദം അവ സർക്കാരിന്റെ ചെലവുകൾ വർധിപ്പിച്ച് കമ്മി ഉയർത്തുന്നു എന്നാണ്. സബ്സിഡികൾ കൂടുകയാണെന്ന കാര്യത്തിൽ തർക്കമില്ല.

ഇവിടെ രണ്ടുകാര്യങ്ങൾ ശ്രദ്ധിക്കേണ്ടതുണ്ട്. ആദ്യത്തേത് ഒരു അടിസ്ഥാന ചോദ്യമാണ്. സബ്സിഡികൾ നിർബന്ധമായും ഒഴിവാക്കപ്പെടേണ്ട അനാവശ്യ ചെലവാണോ അതോ ജനങ്ങളുടെ ഭാരം കുറയ്ക്കുന്ന അവശ്യ ചെലവാണോ? തീർച്ചയായും അത് അവശ്യം നിർവഹിക്കപ്പെടേണ്ട ചെലവാണ്. അവ നഷ്ടത്തിന്റെ പട്ടികയിലല്ല പെടുത്തേണ്ടത്.

സമ്പന്നർക്കുള്ള നികുതി ഇളവുകളും ആനുകൂല്യങ്ങളും ഉയർത്തുകയും സബ്സിഡികൾ ഒഴിവാക്കുകയും ചെയ്യുന്നത് നീതിയുക്തമാണോ എന്നതാണ് രണ്ടാമത്തെ ചോദ്യം.

നടപ്പു സാമ്പത്തിക വർഷത്തെ (2012–2013) കേന്ദ്ര ബജറ്റിൽ ഭക്ഷ്യ സബ്സിഡിക്കുവേണ്ടി വകയിരുത്തിയ നാമമാത്രമായ തുക സൂചിപ്പിക്കുന്നത് ഭക്ഷ്യസബ്സിഡിയിലും കുറവു വരുത്തുമെന്നാണ്. ബഹുഭൂരിപക്ഷം ജനങ്ങളും പോഷകാഹാരക്കുറവു നേരിടുന്ന രാജ്യത്ത് ഭക്ഷ്യ സബ്സിഡി കുറക്കുക അസാധ്യമാണെന്നു കേന്ദ്ര ബജറ്റ് പറയുന്നുണ്ടെങ്കിലും, പ്രസ്താവനയോട് ആത്മാർഥത കണക്കുകളിൽ ഇല്ല. താഴെ കൊടുക്കുന്ന പട്ടിക കാണുക:

	കോടി രൂപ
1. ഗ്രാമങ്ങളിലെ 40%വും പട്ടണങ്ങളിൽ 28%വും ജനങ്ങൾക്ക് രണ്ടു രൂപനിരക്കിൽ ഗോതമ്പും മൂന്നു രൂപ നിരക്കിൽ അരിയും നൽകാനാവശ്യമായ തുക (ദേശീയ ഭക്ഷ്യ സുരക്ഷ ബിൽപ്രകാരം)	1,02,000
2. എഫ് സി ഐ ക്ക് ഭക്ഷ്യസംഭരണ ഇനത്തിൽ നൽകേണ്ട സബ്സിഡി	85,000
3. എഫ് സി ഐ യ്ക്കു നൽകേണ്ട കുടിശ്ശിക	28,000
4. ആകെ	215,000
5. 2012–13 ലെ ബജറ്റിൽ ഭക്ഷ്യ സബ്സ്ഡിക്കുള്ള വകയിരുത്തൽ	75,000
6. 2011–12 ലെ പുതുക്കിയ ബജറ്റ് എസ്റ്റിമേറ്റ് പ്രകാരം യഥാർഥ ഭക്ഷ്യസബ്സിഡി	72823

അതായത് മുൻവർഷത്തെ അപേക്ഷിച്ച് 2177 കോടി രൂപമാത്രമാണ് നടപ്പു സാമ്പത്തിക വർഷത്തെ ബജറ്റിൽ ഭക്ഷ്യസബ്സിഡിക്കു വകയിരുത്തിയിട്ടുള്ളത്. രണ്ടുരൂപയുടെ ഗോതമ്പിനും മൂന്നു രൂപയുടെ അരിയ്ക്കും തുക വകയിരുത്തിയിട്ടില്ല എന്നും കണക്കുകൾ വ്യക്തമാക്കുന്നു.

ഒരവസരത്തിൽ ഏറെ ചർച്ച ചെയ്യപ്പെട്ടതും പ്രതീക്ഷയുയർത്തിയതുമാണ് ഭക്ഷ്യസുരക്ഷാ ബിൽ. കുറഞ്ഞ നിരക്കിൽ അരിയും ഗോതമ്പും വിതരണം ചെയ്യാൻ ലക്ഷ്യമിട്ട ബിൽ 2011 ഫെബ്രുവരിയിൽ കരടുരൂപമാക്കിയെങ്കിലും, ഇതുവരെയും അംഗീകരിക്കപ്പെട്ടിട്ടില്ല. നിർദിഷ്ട ബിൽ

ജനങ്ങളെ മൂന്നു തട്ടുകളായി തിരിച്ച് ഭൂരിപക്ഷത്തിനും ഭക്ഷ്യസുരക്ഷ നിരസിക്കുന്നു. ഒഴിവാക്കപ്പെടുന്നവരാണ് (Excluded) ആദ്യത്തെ വിഭാഗം. ശേഷിക്കുന്നവരെ വീണ്ടും രണ്ടായി തിരിക്കുന്നു. മുൻഗണനാ വിഭാഗവും (Prioritised) പൊതുവിഭാഗവും (General). മുൻഗണനാവിഭാഗ കുടുംബത്തിനാണ് പ്രതിമാസം മൂന്നുരൂപ നിരക്കിൽ 35 കിലോ ഗ്രാം അരിക്ക് അർഹത. പൊതുവിഭാഗം കുടുംബങ്ങൾ താങ്ങുവിലയുടെ അമ്പതുശതമാനം വില നിൽകണം. താങ്ങുവില ഉയർത്തുമ്പോൾ വിലയും കൂടും.

പഞ്ചസാരക്കു നൽകുന്ന സബ്സിഡി ഉപേക്ഷിക്കണമെന്നാണ് സി രംഗരാജൻ കമ്മിറ്റിയുടെ ശുപാർശ. പഞ്ചസാര മില്ലുകൾ ഉൽപ്പാദിപ്പിക്കുന്ന പഞ്ചസാരയിൽ 10 ശതമാനം 19.40 രൂപയ്ക്ക് ലെവിയായി സർക്കാർ സമാഹരിച്ച് റേഷൻ കടകളിലൂടെ 13.50 രൂപയ്ക്ക് കാർഡുടമകൾക്ക് വിതരണം ചെയ്യുകയാണ് നിലവിലെ രീതി. ലെവി സംവിധാനം പൂർണമായും എടുത്തുകളയാനും സബ്സിഡികൾ ഒഴിവാക്കാനും വില വർധിപ്പിക്കാനുമാണ് രംഗരാജൻ കമ്മിറ്റി ശുപാർശ. കമ്പോള വില നിലവിൽ വരുന്നതോടെ 42-45 രൂപയായി ഒരു കിലോ പഞ്ചസാരയുടെ വില ഉയരും. ചായക്കുമാത്രമല്ല, ഔഷധങ്ങൾക്കും മദ്യത്തിനും ഭക്ഷ്യവസ്തുക്കൾക്കും അതോടെ വില ഉയരും.

ഒരു വശത്ത് സബ്സിഡികൾ ഒഴിവാക്കപ്പെടുമ്പോൾ മറുവശത്ത് വൻകിടക്കാർക്കു നികുതി ഇളവുകളും ആനുകൂല്യങ്ങളും ധാരാളമായി നൽകപ്പെടുകയാണ്. മൊത്തം സബ്സിഡിയെക്കാൾ ഏറെ കൂടുതലാണ് നികുതി ഇളവുകൾ. 2010-11 ലെ വിവരങ്ങൾ പരിശോധിച്ചാൽ നികുതി ഇളവിന്റെ 37.62 ശതമാനമേ വരൂ മേജർ സബ്സിഡികൾ എന്നു കാണാം. കോർപ്പറേറ്റ് നികുതി ഇളവുകളുടെ 72.33 ശതമാനമേ വരൂ ഭക്ഷ്യസബ്സിഡികൾ.

നികുതി ആനുകൂല്യങ്ങളും സബ്സിഡികളും
(കോടി രൂപ)

	2009-10	2010-11	2011-12
ആകെ നികുതി ഇളവുകൾ	437290	460972	-
ആകെ സബ്സിഡികൾ	141351	173420	216297
കോർപ്പറേറ്റ് നികുതി ഇളവു മാത്രം	72881	88263	-
ഭക്ഷ്യ സബ്സിഡിമാത്രം	58443	63844	72833

റവന്യൂ കമ്മി, റവന്യൂ വരുമാനവും റവന്യൂ ചെലവും തമ്മിലെ വ്യത്യാസമാണന്നിരിക്കെ, റവന്യൂ ചെലവു കുറച്ച് കമ്മി താഴ്ത്തുന്നത് നവ ഉദാരവൽക്കരണനയത്തിന്റെ ഭാഗമായാണ്. സർക്കാർ ചെലവുകൾ ചുരുക്കി സ്വകാര്യമേഖല വിപുലപ്പെടുത്തുകയാണ് ലക്ഷ്യം.

റവന്യൂ വരുമാനം ഉയർത്തിയും കമ്മി നേരിടാം. അതിനുള്ള ശ്രമമില്ല. 2012-13 ലെ കേന്ദ്ര ബജറ്റ് കണക്കുകൾ കാണുക

നികുതി വരുമാനം
(കോടിരൂപ)

	2012-13 ബജറ്റിൽ പ്രതീക്ഷിച്ചത്	2012-13 ബജറ്റിലെ പുതുക്കിയ തുക	2013-14 ബജറ്റ് പ്രതീക്ഷിക്കുന്നത്
മൊത്തം നികുതി വരുമാനം	1077612	1038037	1235870
ആദായ നികുതി	195786	206095	247639
കോർപ്പറേറ്റ് നികുതി	373221	358874	419520
കസ്റ്റംസ് നികുതി	186694	164853	18738
എക്സൈസ് നികുതി	194350	171996	197554
സേവന നികുതി	124000	132697	180141

സേവന നികുതിയുടെ കാര്യത്തിൽ മാത്രമാണ് ബജറ്റ് നിർദേശത്തേക്കാൾ കൂടുതൽ പിരിക്കാനായത്. 2012-13 ലെ പുതുക്കിയ എസ്റ്റിമേറ്റ് സംഖ്യയാണ് മൂന്നാമത്തെ കോളത്തിൽ കൊടുത്തിട്ടുള്ളത്. ബജറ്റ് വിഭാവനം ചെയ്ത സംഖ്യ രണ്ടാമത്തെ കോളത്തിലും.

സബ്സിഡി ഒഴിവാക്കുന്നതിനു പിന്നിൽ വ്യക്തമായ അജണ്ടയുണ്ട്. കമ്പോളവ്യവസ്ഥ സ്ഥാപിക്കുകയാണ് ലക്ഷ്യം. ആവശ്യവും ലഭ്യതയും അനുസരിച്ച് വില നിർണയിക്കപ്പെടുന്നതാണ് കമ്പോളത്തിന്റെ രീതി. അങ്ങനെ നിർണയിക്കപ്പെടുന്നതാണ് സ്വാഭാവിക വിലയെന്നും, സർക്കാർ ഇടപെടലും നിയന്ത്രണവും കൃത്രിമമായ വില നിർണയമാണെന്നും മുതലാളിത്ത വ്യവസ്ഥയുടെ വികസനത്തിന് അഥവാ മൂലധനത്തിന്റെയും ലാഭത്തിന്റെയും വളർച്ചക്ക് അവ തടസമാകുമെന്നുമാണ് വാദം. ആയതിനാൽ എല്ലാത്തരം സബ്സിഡികളും ഒഴിവാക്കപ്പെടണമെന്നും വാദിക്കപ്പെടുന്നു. സമ്പൂർണ മുതലാളിത്ത വികസനത്തിലേക്ക് വഴി തുറക്കലാണ് സബ്സിഡികൾ ഒഴിവാക്കൽ. അതോടെ സർക്കാർ മേഖല ചുരുങ്ങുന്നു; സ്വകാര്യ മേഖല വിപുലപ്പെടുന്നു. സ്വകാര്യമേഖലയുടെ ലക്ഷ്യം പരമാവധി ലാഭം കരസ്ഥമാക്കുകയാണ്. വില നിർണയാവകാശം കൈവരുന്നതോടെ, തങ്ങൾക്ക് ഇഷ്ടമുള്ള വില നിശ്ചയിക്കാൻ മുതലാളികൾക്ക് അവസരം ലഭിക്കും. ഭവിഷ്യത്ത് അനുഭവിക്കേണ്ടി വരുക സാധാരണക്കാരായ ഉപഭോക്താക്കളും ചെറുകിട-ഇടത്തരം ഉൽപ്പാദകരുമാണ്. സർക്കാരിനെ സംബന്ധിച്ചിടത്തോളം ആർക്കൊപ്പം നിലയുറപ്പിക്കണമെന്ന ചോദ്യമാണ് ഉയരുന്നത്. ഏതു സർക്കാരും വർഗതാൽപര്യത്തിനനുസരിച്ചാണ് തീരുമാനങ്ങൾ കൈക്കൊള്ളുക.

ആഗോളമായിത്തന്നെ സർക്കാരുകളെ തളർത്തി, സ്വകാര്യ മേഖല വിപുലീകരിക്കുകയും ശക്തിപ്പെടുത്തുകയും ചെയ്യുക, ആഗോളമൂലധന ശക്തികളുടെ താൽപ്പര്യവും അജണ്ടയുമാണ്. ലോകരാജ്യങ്ങൾ മുതലാളിത്തം സ്വീകരിക്കുന്നതോടെ തങ്ങളുടെ ചരക്കുകൾക്കുള്ള വിപണിയും മൂലധനനിക്ഷേപത്തിനുള്ള സാധ്യതകളും വർധിക്കുമെന്ന് കണക്കുകൂട്ടപ്പെടുന്നു. "ബൂർഷ്വാസി സ്വന്തം പ്രതിച്ഛായയിലുള്ള ഒരു ലോകം സൃഷ്ടിക്കാൻ ശ്രമിക്കുന്നു" എന്ന് കമ്യൂണിസ്റ്റ് മാനിഫെസ്റ്റോയിൽ മാർക്സും എംഗൽസും നിരീക്ഷിച്ചിട്ടുണ്ട്.

സാമ്പത്തിക രംഗത്ത് സർക്കാരിന് പരിമിതമായ സ്ഥാനമേ നവ ഉദാരവൽക്കരണ സാമ്പത്തിക നയം അനുവദിക്കുന്നുള്ളൂ. ആഗോളവൽക്കരണം സർക്കാരിനെ ഒഴിവാക്കുന്നില്ല. മറിച്ച് യുദ്ധാനന്തരം സർക്കാരുകൾ ഏറ്റെടുത്തു നടപ്പാക്കി വന്നിരുന്ന വികസനോന്മുഖ പരിപാടികളിൽ നിന്നും അവയെ പിന്തിരിപ്പിക്കുകയാണ്. പകരം പശ്ചാത്തല സൗകര്യ വികസനം എന്ന ഒറ്റ ചുമതലയിലേക്കു സർക്കാർ പ്രവർത്തനങ്ങളുടെ വ്യാപ്തി ചുരുക്കുന്നു. സ്വകാര്യ മൂലധനനിക്ഷേപത്തിനു അനുകൂല അന്തരീക്ഷം ഒരുക്കുകയാണ് സർക്കാരിനു നിർവചിച്ചിട്ടുള്ള കടമ.

ചെലവു ചുരുക്കൽ എന്ന ഒറ്റ ലക്ഷ്യത്തിലേക്കു സാമ്പത്തിക നയങ്ങളും നടപടികളും ചുരുക്കുന്നത് ദൂരവ്യാപകമായ പ്രത്യാഘാതങ്ങളുളവാക്കും. ചെലവുചുരുക്കൽ ആത്മഹത്യാപരമാണ്. അനാവശ്യ ചെലവുകളെ സംബന്ധിച്ചല്ല ഈ പ്രസ്താവം.

സർക്കാരിന്റെ ചെലവുകൾ വിവിധ വിഭാഗം ജനങ്ങളുടെ വരുമാനമാണ്. സബ്സിഡി ചെലവുകൾ ഗുണഭോക്താവിന്റെ വരുമാനത്തിനു തുല്യമാണ്. ശമ്പളചെലവ്, ജീവനക്കാരന്റെ വരുമാനമാണ്. താങ്ങുവില കൃഷിക്കാരന്റെ വരുമാനമാണ്. സബ്സിഡി നിരക്കിൽ വൈദ്യുതി ലഭിക്കുന്നത് ഗുണഭോക്താവിന്റെ വരുമാനത്തിനു തുല്യമാണ്. പൊതുമേഖലാസ്ഥാപനങ്ങൾ തുടങ്ങുന്നതും വിപുലീകരിക്കുന്നതും, അവയുമായി ബന്ധപ്പെട്ടവരുടെ വരുമാനമുയർത്തും. ഇങ്ങനെ ലഭിക്കുന്ന വരുമാനം ചെലവാക്കപ്പെടുന്നതോടെ സാധനങ്ങൾക്കും സേവനങ്ങൾക്കുള്ള ഡിമാന്റ് ഉയരും. സമ്പദ് വ്യവസ്ഥ ചലനാത്മകമാകും. പഞ്ചവത്സര പദ്ധതിക്കാലത്ത് വിവിധ മേഖലകളിൽ കേന്ദ്ര-സംസ്ഥാന സർക്കാരുകൾ നടത്തിയ നിക്ഷേപം, കോടിക്കണക്കിനു രൂപയുടെ വരുമാനവും ചെലവുകളും സൃഷ്ടിക്കുകയും സമ്പദ് വ്യവസ്ഥയുടെ ചലനാത്മകത വളർത്തുകയും ചെയ്തു. 1950-51 ൽ കേന്ദ്ര സർക്കാരിന്റെ റവന്യൂ-മൂലധന ചെലവ് കേവലം 529 കോടി രൂപയായിരുന്നു. 2013-14 സാമ്പത്തിക വർഷത്തെ പ്രതീക്ഷിത റവന്യൂ-മൂലധനചെലവ് 1665297 കോടി രൂപയാണ്. ഇതിൽ നിന്നും സർക്കാർ ചെലവു വർധനയുടെ പ്രാധാന്യം മനസിലാക്കാം.

8

വികസനത്തിലെ രാഷ്ട്രീയം

വികസനത്തിൽ രാഷ്ട്രീയം പാടില്ല എന്നത് ഒരു പൊതുപ്രസ്താവനയാണ്. വിശദീകരണമെന്ന നിലയിൽ സങ്കുചിത രാഷ്ട്രീയം പാടില്ല എന്നും കൂട്ടിച്ചേർക്കപ്പെടുന്നുണ്ട്. അപ്പോൾ രാഷ്ട്രീയം രണ്ടുതരമുണ്ട്. സങ്കുചിതരാഷ്ട്രീയവും വിശാല രാഷ്ട്രീയവും. വിശാല രാഷ്ട്രീയമാകാം. സങ്കുചിത രാഷ്ട്രീയം പാടില്ല എന്നാണ് വികസനത്തിൽ രാഷ്ട്രീയം വേണ്ട എന്നതിന്റെ അന്തരാർഥം.

ഒരു സ്കൂൾ നിർമാണം രാഷ്ട്രീയ വിഷയമാകുന്നില്ല. ഏവർക്കും അക്കാര്യത്തിൽ യോജിക്കാം. എന്നാൽ സി ബി എസ് സി വിദ്യാലയമാകണോ സർക്കാർ വിദ്യാലയമാകണോ എന്ന പ്രശ്നം വരുമ്പോൾ, യോജിപ്പിന്റെ മേഖല ചുരുങ്ങും. സാമ്പത്തിക ശേഷിയുള്ള രക്ഷിതാക്കളുടെ കുട്ടികൾക്കു പഠിക്കുന്നതിനാണ്. സി ബി എസ് സി വിദ്യാലയങ്ങൾ എന്ന പൊതു ധാരണയുണ്ട്. കനത്തഫീസും പ്രവേശനത്തിനു കോഴയും അത്തരം സ്കൂളുകളുമായി ബന്ധപ്പെട്ടു നിലനിൽക്കുന്നു. നേരെമറിച്ച് സമൂഹത്തിലെ എല്ലാ തട്ടുകളിലുമുള്ളവർക്കു പ്രവേശന സൗകര്യവും കുറഞ്ഞ ഫീസും കോഴരഹിതവുമാണ് സർക്കാർസ്കൂളുകൾ. സ്കൂൾതുടങ്ങുന്നതിൽ രാഷ്ട്രീയമില്ലെങ്കിലും ഏതു തരം സ്കൂൾ എന്ന ചോദ്യത്തിൽ രാഷ്ട്രീയമുണ്ട്. ചോദ്യങ്ങൾക്കു പരിഹാരം കാണുന്നത് സർക്കാർ തലത്തിലാണ്. അഥവാ രാഷ്ട്രീയ ഭരണതലങ്ങളിലാണ്. ഭരിക്കുന്ന പാർട്ടിയുടെ അല്ലെങ്കിൽ മുന്നണിയുടെ രാഷ്ട്രീയ ചായ്‌വിനു അനുസരണമായിരിക്കും അന്തിമ തീരുമാനം. സ്കൂൾ ആരംഭിക്കുന്നത് ഒരു വികസന പ്രവർത്തനമാണ്. പക്ഷെ, തീരുമാനം രാഷ്ട്രീയ വിമുക്തമാവുകയില്ല.

വികസനത്തിലെ അടിസ്ഥാന ചോദ്യങ്ങൾ, എന്താണ് വികസനം, എങ്ങിനെയാണ് വികസനം, ആർക്കു വേണ്ടിയാണ് വികസനം എന്നിവയാണ്. ചോദ്യങ്ങൾക്ക് കേരളത്തിന്റെ പരിതസ്ഥിതിയിൽ ഉത്തരങ്ങൾ

പ്രധാനമായും രണ്ടാണ്.

രണ്ടു പ്രമുഖ കക്ഷികളായ കോൺഗ്രസും സി പി ഐ (എം)മാണ് മാറി മാറി അധികാരത്തിൽ വരുന്നത്. പ്രസ്തുത കക്ഷികൾ നേതൃത്വം നൽകുന്ന രണ്ടു മുന്നണികളിലെ ഇതരപാർട്ടികൾക്ക് മുന്നണി നേതൃത്വകക്ഷിയുമായി എല്ലാ കാര്യങ്ങളിലും അഭിപ്രായ ഐക്യമുണ്ടാവുകയില്ല. എന്നാൽ വൈജാത്യങ്ങളെക്കാൾ യോജിപ്പിന്റെ മേഖലകളാകാം കൂടുതൽ.

എല്ലാ രാഷ്ട്രീയ പാർട്ടികളും അവകാശപ്പെടുന്നത് തങ്ങൾ സർവ ജനങ്ങൾക്കും വേണ്ടി പ്രവർത്തിക്കുന്നു എന്നാണ്. ഒരു പ്രത്യേക മത വിഭാഗത്തിന്റെ കച്ചവട–ഭൂമി താൽപര്യസംരക്ഷണത്തിനു മുൻതൂക്കം നൽകുന്ന മുസ്ലീംലീഗ് അവകാശപ്പെടുന്നത് എല്ലാ ജനങ്ങൾക്കും വേണ്ടി പ്രവർത്തിക്കുന്നു എന്നാണ്. സമ്പന്ന കർഷക താൽപര്യം സംരക്ഷിക്കുന്നതിനു മുൻതൂക്കം നൽകുന്ന കേരളാ കോൺഗ്രസ് പറയുന്നതും അതുതന്നെ.

കോൺഗ്രസും സി പി ഐ (എം) ഉം പ്രതിനിധീകരിക്കുന്നത് രണ്ടു വർഗങ്ങളെയാണ്. പക്ഷെ, സാധാരണക്കാർ രണ്ടു പാർട്ടികൾക്കു പിന്നിലും അണിനിരന്നിട്ടുണ്ട് കോൺഗ്രസ്, അടിസ്ഥാനപരമായി ബൂർഷ്വാ –ജന്മിതാൽപര്യങ്ങളെ പ്രതിനിധീകരിക്കുന്നു. സി പി ഐ (എം) തൊഴിലാളി– കർഷക താൽപര്യങ്ങളെ പ്രതിനിധീകരിക്കുന്നു. അഥവാ രണ്ടും നിഷ്പക്ഷകക്ഷികളല്ല. വികസനസമീപനത്തിലും രണ്ടും തമ്മിൽ പ്രകടമായ വ്യത്യാസമുണ്ട്. കോൺഗ്രസിന്റെ പൊതു വികസന സിദ്ധാന്തം ഇങ്ങനെ വിശദീകരിക്കാം. ദേശീയ വരുമാന വർധനയാണ് വികസനത്തിന്റെ ലക്ഷ്യം. ദേശീയ വരുമാനം ഉയരണമെങ്കിൽ ഉൽപ്പാദനം കൂടണം. ഉൽപ്പാദനവർധനയുടെ അടിസ്ഥാനം നിക്ഷേപവർധനയാണ്. അതുകൊണ്ട് ധാരാളമായി നിക്ഷേപം നടക്കണം. സ്വത്തും വരുമാനവും സമ്പാദ്യവുമുള്ളവർക്കേ നിക്ഷേപിക്കാൻ കഴിയൂ. ആയതിനാൽ, നിക്ഷേപകരുടെ കരങ്ങൾ ശക്തിപ്പെടുത്തണം. അതിന് അനുസരണമായ ബജറ്റ് –സാമ്പത്തിക നയങ്ങൾ കൈക്കൊള്ളുകയും വേണം. ഉൽപ്പാദനവും ദേശീയവരുമാനവും വർധിക്കുമ്പോൾ അതിന്റെ പ്രയോജനം ജനങ്ങൾക്കു ലഭ്യമാകും. വികസന പരിപാടിയിൽ ജനങ്ങൾക്കു പങ്കാളിത്തമില്ല. വികസനനേതൃത്വം സ്വത്തും വരുമാനവും കൈവശമുള്ള സമ്പന്ന വർഗത്തിനാണ്. മഴയത്ത് പാത്രം നിറഞ്ഞു തുളുമ്പി ജലകണങ്ങൾ താഴെ പതിക്കുന്നതു പോലെ ദേശീയ വരുമാനവർധനയുടെ ഫലം താഴെത്തട്ടിൽ പതിച്ചുകൊള്ളും. അങ്ങനെ ജനങ്ങൾ വികസനത്തിന്റെ ഗുണഭോക്താക്കളായി മാറും. ഇതാണ് കോൺഗ്രസിന്റെ സാമ്പത്തിക നയത്തിന്റെ കാതൽ. ഈ സിദ്ധാന്തമാണ് "ട്രിക്കിൾ ഡൗൺ" സിദ്ധാന്തമെന്നു അറിയപ്പെടുന്നത്. "ട്രിക്കിൾ ഡൗൺ" എന്നാൽ തുള്ളികളായി താഴെ പതിക്കുക എന്നാണർഥം.

കൃഷിഭൂമിയോ തൊഴിലോ വരുമാനമോ ഇല്ലാത്ത കോടിക്കണക്കിനു

ജനങ്ങൾ എങ്ങനെയാണ് വികസനഫലങ്ങളിൽ പങ്കാളികളാകുക എന്നതിനു പക്ഷേ ഉത്തരമില്ല. ഈ വികസനനയത്തിന്റെ ഫലമാണ് ഒരു ഭാഗത്ത് അതീവ സമ്പന്നർ വർധിക്കുന്നതും മറുഭാഗത്ത് ദരിദ്രരുടെ എണ്ണം പെരുകുന്നതും. അതുകൊണ്ട് പാവങ്ങൾക്കുവേണ്ടി പ്രത്യേക പദ്ധതികൾ (ജോലിക്കു ഭക്ഷണം, ദേശീയ ഗ്രാമീണ തൊഴിൽ പദ്ധതി, ദേശീയ ഗ്രാമീണ തൊഴിലുറപ്പുപദ്ധതി തുടങ്ങിയവ) ആവിഷ്കരിക്കാൻ കോൺഗ്രസ് നിർബന്ധിതമായി.

ദേശീയ വരുമാനമെന്നാൽ ഒരു വർഷം രാജ്യത്ത് പുതുതായുണ്ടാക്കിയ സാധനങ്ങളുടെയും സേവനങ്ങളുടെയും വിലകളുടെ ആകത്തുകയാണ്. സ്വാഭാവികമായും വിലകൂടിയ വസ്തുക്കൾ (ഉദാ: ആഡംബര കാറുകൾ, ടൂറിസ്റ്റ് റിസോർട്ടുകൾ, എയർകണ്ടീഷണറുകൾ തുടങ്ങിയവ)കൂടുതലായി ഉൽപ്പാദിപ്പിച്ചാൽ ദേശീയ വരുമാനം ഉയരും. പക്ഷെ, സാധാരണക്കാരുടെ ജീവിതനിലവാരത്തിൽ അതുയാതൊരു മാറ്റവും വരുത്തുകയില്ല.

സി പി ഐ (എം)ന്റെ വികസന നയം വിതരണത്തിൽ ഊന്നുന്നു. ഒപ്പം ഉൽപ്പാദനവളർച്ചയിലും. സാമ്പത്തിക വളർച്ചയും സാമൂഹിക നീതിയുമാണ് സി പി ഐ (എം) മുന്നോട്ടു വെക്കുന്ന വികസന തന്ത്രം. കേവലമായ ഉൽപ്പാദന-വരുമാന വളർച്ച ജനജീവിതം മെച്ചപ്പെടുത്തുകയില്ല. വിതരണം പ്രധാനമാണ്. ഉൽപ്പാദനത്തിന്റെ മാത്രമല്ല, സ്വത്തിന്റെയും വരുമാനത്തിന്റെയും. ഉൽപ്പാദനവും വിതരണവും പരസ്പരം ബന്ധപ്പെട്ടിരിക്കുന്നു. ഒന്നു മറ്റൊന്നിനെ സ്വാധീനിക്കുന്നു. സ്വത്തിന്റെയും വരുമാനത്തിന്റെയും വിതരണത്തിലൂടെ കൈവരുന്ന ക്രയശേഷി, ഡിമാന്റ് വളർത്തി ഉൽപ്പാദനത്തിനു പ്രോത്സാഹനം നൽകുന്നു. അങ്ങനെ നടക്കുന്ന ഉൽപ്പാദനം ജനങ്ങൾക്ക് കൂടുതൽ സാധനങ്ങളും സേവനങ്ങളും കയ്യെത്തിപ്പിടിക്കാൻ അവസരമൊരുക്കുന്നു. ആവശ്യത്തെയും ലഭ്യതയെയും പരസ്പരം കണ്ണികോർക്കുന്ന വികസനതന്ത്രമാണ് സി പി ഐ (എം) മുന്നോട്ടുവെക്കുന്നത്.

വികസനത്തിലെ രാഷ്ട്രീയ വ്യത്യാസം ഏറ്റവും തെളിഞ്ഞുകാണുന്ന രംഗമാണ് ഭൂമിയുടെ ഉടമസ്ഥതയും വിതരണവും സംബന്ധിച്ച സമീപനം. പ്രധാനപ്പെട്ട ഉൽപ്പാദനോപാധിയാണ് കൃഷി ഭൂമി. കൃഷിയ്ക്കും താമസത്തിനും ഒരുപോലെ ഭൂമി ആവശ്യമാണ്. ഭൂമിയുടെ ന്യായയുക്തമായ വിതരണം സാമൂഹിക നീതിയിൽ അധിഷ്ഠിതമായ ഒരു പുതിയ വ്യവസ്ഥ സൃഷ്ടിക്കാൻ അനുപേക്ഷണീയമാണ്. ഭൂപരിഷ്കരണനിയമത്തിന്റെ ഫലപ്രദമായ നടപ്പാക്കൽ മുഖേനമാത്രമെ സാമൂഹിക നീതി നേടാനാകൂ.

1957 ഏപ്രിൽ അഞ്ചിന് അധികാരമേറ്റ കമ്യൂണിസ്റ്റ് സർക്കാർ ആദ്യം സ്വീകരിച്ച നടപടി കുടിയൊഴിപ്പിക്കൽ നിരോധന ഓർഡിനൻസ് പുറപ്പെടുവിക്കുകയായിരുന്നു. തിരുവിതാംകൂറിലും കൊച്ചിയിലും മലബാറിലും നിലനിന്നിരുന്ന വ്യത്യസ്തങ്ങളായ ഭൂവുടമാ സമ്പ്രദായങ്ങളുടെ

പശ്ചാത്തലത്തിൽ ഏകോപിതമായ ഒരു ഭൂപരിഷ്കരണ ബിൽ ആവിഷ്കരിക്കുവാൻ ധാരാളം പഠനങ്ങളും കൂടിയാലോചനകളും ചർച്ചകളും ആവശ്യമായിരുന്നു. ആ കാലയളവിൽ കുടിയൊഴിപ്പിക്കലും വൻതോതിലുള്ള ഭൂമി കൈമാറ്റവും നടക്കുമെന്നു മനസിലാക്കിയാണ് അധികാരമേറ്റതിന്റെ ആറാം ദിവസം കുടിയൊഴിപ്പിക്കൽ നിരോധന ഓർഡിനൻസ് പുറപ്പെടുവിച്ചത്.

1957 ഡിസംബറിൽ ഭൂപരിഷ്കരണ ബിൽ അവതരിപ്പിച്ചു. 1959 ജൂണിൽ നിയമസഭപാസാക്കിയ ബില്ലിന് രാഷ്ട്രപതിയുടെ അംഗീകാരം ലഭിച്ചത് 1960 ലാണ്. ഭൂപരിഷ്കരണം കേരളത്തിന്റെ രാഷ്ട്രീയ-സാമൂഹിക-സാംസ്കാരിക ഭൂമിശാസ്ത്രമാകെ മാറ്റിയെഴുതി ജന്മിത്തം ഉന്മൂലനം ചെയ്യപ്പെട്ടു. ഭൂവുടമാബന്ധങ്ങളെയാകെ മാറ്റിമറിച്ചു. കുടിയൊഴിപ്പിക്കൽ കടം കഥയായി. മര്യാദപ്പാട്ടം നിശ്ചയിക്കപ്പെട്ടു. ഭൂപരിധി നിജപ്പെടുത്തി. ഒരു കുടുംബത്തിനു കൈവശവെക്കാവുന്ന പരമാവധി ഭൂമി 15 ഏക്കറായി വ്യവസ്ഥ ചെയ്തു. കർഷകരും കർഷക തൊഴിലാളികളും ഭൂരഹിതരും ദളിതരും പിന്നോക്കക്കാരും അടങ്ങുന്ന വലിയൊരു ജനവിഭാഗം സമൂഹത്തിന്റ മുഖ്യ ധാരയിലേക്കു കൈപിടിച്ചുയർത്തപ്പെട്ടു. സമൂഹത്തിലും ഭരണതലത്തിലും അവരുടെ ശബ്ദം കനത്തു. 26 ലക്ഷം കുടികിടപ്പുകാർക്ക് ഭൂമിയിൽ സ്ഥിരാവകാശം ലഭിച്ചു. 5 ലക്ഷത്തിലേറെ കൃഷിക്കാർക്കു ഭൂമി ലഭിച്ചു. 1956 ൽ ഐക്യകേരളം പിറക്കുമ്പോൾ ആകെ കുടുംബങ്ങളിൽ 56 ശതമാനം കുടുംബങ്ങൾ ഒരേക്കറിൽ താഴെ മാത്രം ഭൂമിയുള്ളവരായിരുന്നു. എന്നാൽ അവർ കൈവശം വെച്ചിരുന്നത് മൊത്തം കൃഷി ഭൂമിയുടെ 8.10 ശതമാനം മാത്രം. നേരെമറിച്ച്, 25 ഏക്കറിലധികം ഭൂമി കൈവശം വെച്ചിരുന്നത് ആകെ കുടുംബങ്ങളുടെ 1.40 ശതമാനമായിരുന്നെങ്കിലും അവർ കൃഷിഭൂമിയുടെ 31.80 ശതമാനത്തിനും ഉടമകളായിരുന്നു. അത്രമേൽ രൂക്ഷമായിരുന്നു കാർഷികമേഖലയിലെ അസമത്വം. ഭൂവുടമസ്ഥതയായിരുന്നു സാമൂഹിക പദവിയുടെ മാനദണ്ഡം. ഭൂപരിഷ്ക്കരണം അസമമായ ഈ വിതരണ ഘടന പൊളിച്ചെഴുതി. 1970-71 ആയപ്പോഴേക്കു 25 ഏക്കറിനു മേൽ ഉടമസ്ഥതയുള്ള കുടുംബങ്ങൾ 0.40 ശതമാനമായി കുറഞ്ഞു. അവരുടെ കൈവശഭൂമി 12.4 ശതമാനമായും.

ഭൂപരിഷ്കരണം ഭൂവുടമകളെ തെല്ലൊന്നുമല്ല പ്രകോപിപ്പിച്ചത്. ഭൂവുടമസ്ഥതയുമായി ബന്ധപ്പെട്ടതാണ് കേരളത്തിലെ ജാതി വ്യവസ്ഥ. സവർണവിഭാഗങ്ങളായിരുന്നു ഭൂവുടമകൾ. രാഷ്ട്രീയവും ജാതീയവുമായ ആധിപത്യം നഷ്ടപ്പെടുമെന്ന സ്ഥിതിയിൽ അവർ സർക്കാരിനെതിരെ തിരിഞ്ഞു.

സമാന്തരമായ മറ്റൊരു പരിഷ്കരണം വിദ്യാഭ്യാസരംഗത്ത് അരങ്ങേറുകയായിരുന്നു. സ്വകാര്യമാനേജ്മെന്റിനു മൂക്കുകയറിടാനുള്ള (ഈ പ്രയോഗം കേരള വിദ്യാഭ്യാസനിയമം അവതരിപ്പിച്ച പ്രൊഫ. ജോസഫ് മുണ്ടശ്ശേരിയുടെതാണ്) ശ്രമങ്ങൾ 1957 ലെ കേരള വിദ്യാഭ്യാസ നിയമത്തോടെ ആരംഭിച്ചു. സ്വകാര്യ സ്കൂൾ അധ്യാപകരുടെ സേവനവേതന

വ്യവസ്ഥകൾ ഡിപ്പാർട്ട്മെന്റ് അധ്യാപകരുടേതിനു തുല്യമാക്കാൻ ബില്ലിൽ വ്യവസ്ഥയുണ്ടായി. പബ്ലിക് സർവീസ് കമ്മീഷൻ തയാറാക്കുന്ന പട്ടികയിൽ നിന്ന് അധ്യാപക നിയമനം നടത്തണമെന്നും നിർദേശിക്കപ്പെട്ടു. സംസ്ഥാനത്തെ എല്ലാ ഗ്രാമങ്ങളിലും സ്വകാര്യ ഉടമസ്ഥതയിലോ സർക്കാർ ഉടമസ്ഥതയിലോ സ്കൂളുകൾ സ്ഥാപിക്കാൻ ഗവൺമെന്റ് നടപടികൾ കൈക്കൊണ്ടു. വിദൂര ഗ്രാമങ്ങളിൽ ഏകാധ്യാപക വിദ്യാലയങ്ങൾ ആരംഭിച്ചു. അധ്യാപക ക്ഷാമം പരിഹരിക്കുന്നതിന് ടി ടി സി കോഴ്സിന്റെ കാലപരിധി രണ്ടുവർഷത്തിൽ നിന്ന് ഒരു വർഷമായി ചുരുക്കി. വിദ്യാഭ്യാസ സ്ഥാപനങ്ങളുടെ വ്യാപനം ലക്ഷക്കണക്കിനു കുട്ടികളെ വിദ്യാലയങ്ങളിലെത്തിച്ചു. വിദ്യാഭ്യാസം സാർവജനീനമാക്കുന്നതിനുള്ള ശ്രമങ്ങൾ ശക്തമായി.

വിദ്യാഭ്യാസ നിയമത്തിൽ പ്രകോപിതരായ ക്രിസ്ത്യൻ മാനേജ്മെന്റുകൾ, സവർണജന്മികളുമായി ചേർന്ന്, സർക്കാരിനെതിരെ അട്ടിമറി സമരം സംഘടിപ്പിച്ചു. കോൺഗ്രസിന്റെ സഹായത്തോടെ ഇ എം എസ് ഗവൺമെന്റ് പിരിച്ചുവിടപ്പെട്ടു. സാമ്പത്തിക–ജാതി താൽപര്യങ്ങളുടെ സമന്വയമായിരുന്നു വിമോചന സമരം. ജാതീയമായി സംഘടിച്ചാൽ രാഷ്ട്രീയ–ഭരണരംഗങ്ങളിൽ സ്വാധീനം വളർത്താമെന്ന തിരിച്ചറിവ് സാമ്പത്തിക–ജാതി ശക്തികൾക്കു പ്രദാനം ചെയ്തത് വിമോചനസമരമായിരുന്നു. വിമോചന സമരത്തിന്റെ ദുഷ്ഫലങ്ങളിൽ ഒന്നായിരുന്നു ഈ തിരിച്ചറിവ്. അതിന്റെ പാപഭാരം പിൽക്കാല കേരളം പേറേണ്ടിവരുന്നു എന്നതാണ് വൈപരീത്യം.

ജാതിവ്യവസ്ഥ ഭൂവുടമാസമ്പ്രദായവുമായി അഭേദ്യമായി ബന്ധപ്പെട്ടതാണെന്നു പ്രസ്താവിച്ചുവല്ലോ, ഭൂവുടമാ സമ്പ്രദായം അവസാനിച്ചതോടെ, പുതിയ സാമ്പത്തിക അടിത്തറ നിർമിക്കുന്ന ജോലിയിൽ ജാതി ശക്തികൾ വ്യാപൃതമായി. ജാതീയമായ ശക്തിസമാഹരണമായിരുന്നു അതിനു സ്വീകരിച്ച തന്ത്രം. നവോത്ഥാന പ്രസ്ഥാനത്തിന്റെ ശക്തമായ ഇടപെടൽ മൂലം ഒട്ടൊക്കെ ദുർബലമായിരുന്ന ജാതിസംഘടനകളെ പുനരുജ്ജീവിപ്പിക്കുകയാണ് സ്വീകരിക്കപ്പെട്ട തന്ത്രം.

വാസ്തവത്തിൽ ഒരേ ജാതിയിൽ പെട്ട സമ്പന്നരും ദരിദ്രരും തമ്മിൽ താൽപര്യവൈരുധ്യങ്ങൾ മാത്രമാണുള്ളത്. രണ്ടു കൂട്ടരുടെയും സാമ്പത്തിക–സാമൂഹിക–സാംസ്കാരിക അന്തരീക്ഷം വിഭിന്നമാണ്. അവർ തമ്മിൽ യോജിപ്പിന്റെ മേഖലകളെക്കാൾ വിയോജിപ്പിന്റെ മേഖലകളാണ് കൂടുതൽ. എന്നാൽ പാവപ്പെട്ടവരിൽ ഒരു വിഭാഗത്തെ ജാതീയമായ ചരടിൽ കോർത്ത് തങ്ങൾക്കൊപ്പം നിർത്തുന്നതിൽ സമ്പന്നർ ഭാഗിക വിജയം നേടുന്നു. സർക്കാരിനെ ഭരണത്തിലെത്തിക്കാനും നിലനിർത്താനും ജാതീയമായ സംഘടനാശേഷി ഉപയോഗിക്കപ്പെടുന്നു. അധികാരത്തിലെത്തിയ സർക്കാരിൽ നിന്നും സാമ്പത്തിക നേട്ടങ്ങൾ വിലപേശി കൈക്കലാക്കുന്നു. ഇങ്ങനെ ജാതിയും രാഷ്ട്രീയവും തമ്മിലെ ബന്ധം അരക്കിട്ടുറപ്പിക്കപ്പെടുന്നു. അഥവാ വികസനത്തിന് ജാതി–മത–രാഷ്ട്രീ

യമാനം കൈവരുന്നു. ജാതി–മത ശക്തികളോടുള്ള സമീപനത്തിൽ രണ്ടു മുന്നണികളും തമ്മിൽ വ്യത്യാസമുണ്ട്. ഒന്ന് അവയെ പ്രീണിപ്പിക്കുന്നു. മറ്റേത് അകറ്റി നിർത്താൻ ശ്രമിക്കുന്നു. വിദ്യാഭ്യാസരംഗത്താണ് സമീപനവ്യത്യാസം ഏറെ വ്യക്തമാകുന്നത്.

മറ്റു സംസ്ഥാനങ്ങളിൽ കാർഷിക–വ്യാവസായിക–ബാങ്കിങ് മേഖലകളിൽ നിന്നാണ് സമ്പന്നവർഗം വളർന്നുവന്നതെങ്കിൽ കേരളത്തിന്റെ സ്ഥിതി വ്യത്യസ്തമാണ്. ഭൂപരിഷ്കരണം ഭൂവുടമസ്ഥതയിൽ ഊന്നിയ അധികാര കേന്ദ്രങ്ങളെ ദുർബലമാക്കി. ഭൂപരിഷ്കരണം തുറന്നുനൽകിയ വിപണി പക്ഷെ കാർഷിക–വ്യാവസായിക മുതൽമുടക്കിലേക്കും സാമ്പത്തിക വളർച്ചയിലേക്കും നയിച്ചില്ല. ഗൾഫ് വരുമാനംപോലും ഉൽപ്പാദനക്ഷമങ്ങളായ മുതൽ മുടക്കിനേക്കാൾ സ്ഥിരം ബാങ്ക് നിക്ഷേപങ്ങളുടെയും കോൺക്രീറ്റ് സൗധങ്ങളുടെയും രൂപം കൈക്കൊള്ളുകയാണ് ചെയ്തത്. നിക്ഷേപം നടത്തി അതിന്റെ വരും വരായ്കകൾ ഉൾക്കൊള്ളാനുള്ള സന്നദ്ധതയും ആഭിമുഖ്യവും പൊതുവെ കേരളീയർക്കില്ല. സാമൂഹികവും സാംസ്കാരികവും വിദ്യാഭ്യാസപരവും പാരമ്പര്യാധിഷ്ഠിതവുമായ കാരണങ്ങളാണ് ഇതിനു പിന്നിൽ. വിപുലമായ വിപണിയോ ഗൾഫ് സമ്പന്നതയോ ലാഭസാധ്യതകളോ ആഭ്യന്തര മുതൽ മുടക്കിലേക്കു നയിക്കുന്നില്ല. കുറഞ്ഞ മുതൽ മുടക്കിന്റെയും ഉൽപ്പാദനത്തകർച്ചയുടെയും ഈ അന്തരീക്ഷമാണ് ഉൽപ്പാദനേതര വരുമാനസ്രോതസ്സുകളെക്കുറിച്ചുള്ള അന്വേഷണങ്ങളിലേക്ക് ഒരു വിഭാഗത്തെ നയിച്ചത്. വിദ്യാഭ്യാസ–മദ്യക്കച്ചവടവും സ്വകാര്യ പണമിടപാടുകളും റിയൽ എസ്റ്റേറ്റ് ഇടപാടുകളും നികുതിവെട്ടിപ്പും മണലൂറ്റും എല്ലാം മേൽ പറഞ്ഞ അന്വേഷണത്തിന്റെ സൃഷ്ടികളാണ്.

അത്തരം നീക്കങ്ങൾക്ക് കരുത്തു പകരുന്നതായി അടുത്തിടെ സമാപിച്ച 'എമർജിങ് കേരളം' സർക്കാർ ഭൂമി, റിയൽ എസ്റ്റേറ്റ് വ്യവസായികളുടെ കൈകളിൽ എത്തിക്കുകയായിരുന്നു അതിന്റെ ലക്ഷ്യമെന്ന ആക്ഷേപം ശക്തമാണ്. ഗ്ലോബൽ ഇൻവെസ്റ്റേഴ്സ് മീറ്റ് (ജിം) നിക്ഷേപ കരാറുകളിൽ ഊന്നിയപ്പോൾ ഭൂമി കച്ചവടത്തിന് അനുകൂലമായ അന്തരീക്ഷം ഒരുക്കുന്നതിലായി എമർജിങ് കേരളയുടെ ശ്രദ്ധ. കശുവണ്ടി തോട്ടങ്ങളെ ഭൂപരിധി നിയമത്തിന്റെ പരിധിയിൽ നിന്ന് ഒഴിവാക്കിയതും തോട്ടങ്ങളുടെ അഞ്ചു ശതമാനം മറ്റാവശ്യങ്ങൾക്ക് വിനിയോഗിക്കാനുള്ള അനുമതിയും ഭൂപരിഷ്കരണ നിയമത്തിന്റെ അന്തഃസത്തയ്ക്കു ഇണങ്ങാത്തവയാണ്.

യു ഡി എഫും എൽ ഡി എഫും തമ്മിലെ വികസന നയങ്ങളിലെ വിയോജിപ്പു പ്രകടമാക്കുന്ന മറ്റൊരു രംഗമാണ് മൂലധനത്തോടുള്ള സമീപനം. വികസനത്തിന് മൂലധനനിക്ഷേപം കൂടിയേ തീരൂ. ആഭ്യന്തര മൂലധന നിക്ഷേപം കുറയുമ്പോൾ വിദേശമൂലധനം സ്വീകരിക്കേണ്ടിവരും. സാങ്കേതിക വിദ്യകൾ ലഭ്യമാക്കുന്നതിനും വിദേശ മൂലധനം സ്വീകരിക്കേണ്ടിവരും. എന്നാൽ ഉൽപ്പാദനവും തൊഴിലവസരങ്ങളും വളർത്തു

ന്നതാകണം വിദേശ മൂലധനനിക്ഷേപം. പരമാധികാരവും സ്വാതന്ത്ര്യവും പരിരക്ഷിക്കപ്പെടുന്നതുമാകണം. ഇക്കാര്യത്തിൽ കോൺഗ്രസ് സമീപനം വ്യത്യസ്തമാണ്. ഉൽപ്പാദനത്തിൽ നിക്ഷേപിക്കപ്പെടുന്ന പ്രത്യക്ഷവിദേശമൂലധനവും ഓഹരികമ്പോളത്തിൽ നിക്ഷേപിക്കുന്ന ധനമൂലധനവും തമ്മിൽ കോൺഗ്രസ് വ്യത്യാസം കാണുന്നില്ല. ഓഹരിമൂലധനനിക്ഷേപം പ്രോത്സാഹിപ്പിക്കണമെന്ന നിലപാടും നടപടികളുമാണ് കൈക്കൊണ്ടു വരുന്നതുതാനും.

വികസനത്തിൽ ലക്ഷ്യം പരമ പ്രധാനമാണ്. കൃഷിക്കാർക്ക് കൃഷിഭൂമിയും വീടില്ലാത്തവർക്ക് വീടും എല്ലാവർക്കും തൊഴിലും വരുമാനവും ഭക്ഷണവും വസ്ത്രങ്ങളും വിദ്യാഭ്യാസവും ആരോഗ്യസുരക്ഷയും പൊതു വാഹനങ്ങളും റോഡുകളും മറ്റും ഉറപ്പുവരുത്തുന്നതാകണം വികസനം. ഉയർന്ന സംസ്കാരവും ഉന്നതമായ മൂല്യബോധവും വികസനത്തിന്റെ ഫലമായി ജനങ്ങൾക്കു കൈവരണം. സാമൂഹിക സമത്വം സമ്മാനിക്കുന്ന ഉൽകൃഷ്ടമായ നീതി ബോധവും പരസ്പരവിശ്വാസവും സ്നേഹവും വളർത്തിയെടുക്കണം. അങ്ങനെ വികസനത്തിന് നിരവധി മാനങ്ങളുണ്ട്. കേവലം ഉൽപ്പാദനവളർച്ചയിൽ അതിന്റെ അർഥം ഒതുങ്ങുന്നില്ല. സ്വഭാവികമായും ടൂറിസ്റ്റ് റിസോർട്ടുകളും ബാർഹോട്ടലുകളും മണിമന്ദിരങ്ങളും ആഡംബരകാറുകളുമല്ല വികസനം.

നവ ഉദാരവൽക്കരണത്തോട് മുന്നണികൾ വിരുദ്ധ നിലപാടുകളാണ് സ്വീകരിക്കുന്നത്. ഉൽപ്പാദന–വിതരണ–വിനിമയ മേഖലകളിൽ സാമൂഹിക ലക്ഷ്യത്തോടെയുള്ള സർക്കാർ ഇടപെടലുകളുടെ സ്ഥാനത്ത് സ്വതന്ത്ര കമ്പോളവ്യവസ്ഥ സ്ഥാപിക്കുകയാണ് നവ ഉദാരവൽക്കരണത്തിന്റെ മർമം.സർക്കാർ ചെലവുകൾ വെട്ടിച്ചുരുക്കുക, പൊതുമേഖലയെ ദുർബലപ്പെടുത്തുക, സബ്സിഡികളും ക്ഷേമപദ്ധതികളും ഒഴിവാക്കുക, പൊതുവിതരണ സമ്പ്രദായം ദുർബലപ്പെടുത്തുക തുടങ്ങിയവയെല്ലാം നവ ഉദാരവൽക്കരണത്തിന്റെ ഘടകങ്ങളാണ്. യു ഡി എഫ് നവ ഉദാരവൽക്കരണത്തെ ആത്മാർഥമായി പിന്തുണക്കുന്നു. ബദൽ നിലപാടാണ് എൽ ഡി എഫിന്റേത്.

സാർവത്രികവിദ്യാഭ്യാസം വികസനത്തിന്റെ അനുബന്ധഘടകമല്ല, അനിവാര്യഘടകമാണ്. വിദ്യാഭ്യാസം ഒരു ചരക്കാകുമ്പോൾ പണമുള്ളവർക്കു മാത്രമെ വിദ്യാഭ്യാസം വാങ്ങാനാകൂ. പണമില്ലാത്തവർ അവഗണിക്കപ്പെടും. സാമൂഹികവും സാംസ്കാരികവുമായ അസമത്വം മൂർച്ഛിക്കും. അതുകൊണ്ട്, പൊതുവിദ്യാഭ്യാസത്തെ ശക്തിപ്പെടുത്തുന്നതിന് എൽ ഡി എഫ് മുൻഗണന നൽകുമ്പോൾ വിദ്യാഭ്യാസം സമ്പന്നർക്കു മാത്രം എത്തിപ്പിടിക്കാൻ കഴിയുന്ന ഒരു ചരക്കാക്കി മാറ്റുകയാണ് യു ഡി എഫ് സമീപനം.

സമ്പത്തിന്റെ കേന്ദ്രീകരണവും അധികാര കേന്ദ്രീകരണവും ഒന്നിച്ചു പോകുന്നു. അധികാര കേന്ദ്രീകരണം ജനാധിപത്യവിരുദ്ധമാണ്. അധികാരവികേന്ദ്രീകരണം ജനാധിപത്യത്തെ ശക്തിപ്പെടുത്തും. 1957 ൽ

ഗവൺമെന്റു നിയമിച്ച ഭരണ പരിഷ്കാര കമ്മിറ്റി, ഭരണത്തിന്റെ അടിസ്ഥാനഘടകങ്ങളായ പഞ്ചായത്തുകളെ ശക്തിപ്പെടുത്തണമെന്നു ശുപാർശ ചെയ്തു. 1959 ൽ ജില്ലാ കൗൺസിൽ നിയമം കൊണ്ടു വന്നെങ്കിലും ബിൽ നിയമമാക്കുന്നതിനു മുമ്പ് ഗവൺമെന്റ് പിരിച്ചുവിടപ്പെട്ടതുമൂലം, 1990 ൽ എൽ ഡി എഫിന്റെ ഭരണകാലത്താണ് നിയമമാകുന്നത്. ഗവൺമെന്റ് ജില്ലാ കൗൺസിലുകളിലേക്കു തിരഞ്ഞെടുപ്പു നടത്തി. 1991–92 സാമ്പത്തിക വർഷത്തേക്ക് ജില്ലാ കൗൺസിലുകൾക്ക് 250 കോടി രൂപ വകയിരുത്തുകയും ചെയ്തു. 1991 ൽ അധികാരത്തിലെത്തിയ യു ഡി എഫ് ജില്ലാ കൗൺസിലുകൾക്ക് മുൻഗവൺമെന്റ് അനുവദിച്ച 250 കോടി രൂപയുടെ ധനസഹായം 1.97 കോടി രൂപയായിവെട്ടിച്ചുരുക്കി. അധികം കഴിയും മുമ്പേ, ജില്ലാ കൗൺസിലുകൾ പിരിച്ചുവിടുകയും ചെയ്തു.

1996 ൽ അധികാരത്തിൽ വന്ന എൽ ഡി എഫ് സർക്കാർ അധികാര വികേന്ദ്രീകരണത്തെ ഫലപ്രദമായി മുന്നോട്ടുകൊണ്ടുപോയി. അധികാരം മാത്രമല്ല, വിഭവങ്ങളും കൈമാറി. പഞ്ചായത്തുകളെയും മുനിസിപ്പാലിറ്റികളെയും കോർപ്പറേഷനുകളെയും പ്രാദേശിക ഗവൺമെന്റുകളാക്കി. പ്രാദേശിക ഗവൺമെന്റുകൾക്ക് 1996–97 ൽ 1400 കോടി രൂപ കൈമാറി. ജനകീയാസൂത്രണം വികസനപ്രവർത്തനങ്ങളിൽ ജനപങ്കാളിത്തം ഉറപ്പാക്കി.

വിഭവ സമാഹരണത്തിൽ പ്രമുഖങ്ങളാണ് നികുതികളും നികുതിയേതര മാർഗങ്ങളും വായ്പയും.

റവന്യൂ-ധനകമ്മികൾ കുറയ്ക്കണമെന്നു നവഉദാരവൽക്കരണനയം അനുശാസിക്കുന്നു. കോൺഗ്രസ് പിന്തുടരുന്ന നയവും അതു തന്നെ. കമ്മികുറയ്ക്കുന്ന രീതിയെ സംബന്ധിച്ച് രണ്ടു മുന്നണികളും തമ്മിൽ അഭിപ്രായ സമന്വയമില്ല. റവന്യൂവരുമാനം (നികുതി–നികുതിയേതരവരുമാനവും കേന്ദ്രനികുതി–ഗ്രാന്റ് വിഹിതവും) വർധിപ്പിച്ച് റവന്യൂകമ്മി നിയന്ത്രണ വിധേയമാക്കണമെന്ന എൽ ഡി എഫ് നിലപാടിനെ യു ഡി എഫ് നിരാകരിക്കുന്നു. മറിച്ച് സർക്കാർ ചെലവുകൾ വെട്ടിക്കുറച്ച് മൊത്തം റവന്യൂ ചെലവു ചുരുക്കി റവന്യൂ കമ്മി കുറയ്ക്കണമെന്ന് യു ഡി എഫ് വാദിക്കുന്നു. റവന്യൂ ചെലവുകളിൽ പ്രമുഖങ്ങളാണ് ശമ്പളം, പെൻഷൻ, പലിശ എന്നിവയും വിദ്യാഭ്യാസം, ആരോഗ്യം, സാമൂഹ്യ സുരക്ഷിതത്വ പദ്ധതികൾ, പൊതുമേഖലാ സ്ഥാപനങ്ങൾക്കുള്ള ധനസഹായം തുടങ്ങിയവ. ഇവചുരുക്കുക എന്നാൽ സർക്കാർ പിൻവാങ്ങുക എന്നാണ് അർഥം. സർക്കാർ പ്രവർത്തനങ്ങൾ ഏറ്റെടുക്കുമ്പോഴാണ് ചെലവുകൾ വർധിക്കുക. പിൻവലിയുമ്പോൾ ചെലവുകൾ ചുരുങ്ങും.

വികസനം രാഷ്ട്രീയ വിമുക്തമല്ല. ആവുകയുമില്ല. വികസന ചർച്ചകളിൽ രാഷ്ട്രീയ ചർച്ച ഒഴിവാക്കുന്നത് ഏതെങ്കിലും ഒരു പാർട്ടിയുടെ അപ്രമാദിത്വത്തിലേക്കും പക്ഷപാതപരമായ തീരുമാനത്തിലേക്കുമാണ് സമൂഹത്തെ നയിക്കുക.

9

നവലിബറൽ കുറിപ്പടി

പ്രധാനമന്ത്രിയുടെ ഉപദേഷ്ടാവ് സാംപിട്രോഡ സംസ്ഥാന സർക്കാരിന്റെ വികസന മാർഗദർശിയാണ്. ആ നിലയ്ക്കാണ് കേരള വികസനത്തിനുള്ള പത്ത് നിർദേശങ്ങൾ അദ്ദേഹം മുന്നോട്ടുവച്ചത്. കേരളത്തെക്കുറിച്ചുള്ള അറിവില്ലായ്മ ശരിക്കും വെളിപ്പെടുത്തുന്നതായി പത്തിന നിർദേശങ്ങൾ. വിശദപഠനത്തിനുള്ള ഉപസമിതികൾക്ക് രൂപം നൽകിയാണ് അവതരണം അവസാനിപ്പിച്ചത്. നോളജ് സിറ്റി, തീരദേശ ചരക്കുഗതാഗതം, ആയുർവേദം, മാലിന്യ സംസ്കരണം, ഇഗവേണൻസ്, ഐ ടി അധിഷ്ഠിത വിദ്യാഭ്യാസം, ആരോഗ്യ ഇൻഷുറൻസ്, വിരമിച്ച ഉദ്യോഗസ്ഥരുടെ വിന്യാസം, അതിവേഗ റെയിൽപ്പാത, പരമ്പരാഗത വ്യവസായങ്ങളുടെ നവീകരണം എന്നിവയാണ് പത്ത് നിർദേശങ്ങൾ.

ഇവയിൽ സ്വീകാര്യങ്ങളായവ ചിലതുണ്ടെങ്കിലും ഭൂരിപക്ഷവും അപ്രധാനങ്ങളോ അപ്രസക്തങ്ങളോ ആയ നിർദേശങ്ങളാണ്. യഥാർഥ പ്രശ്നങ്ങളെ അഭിസംബോധന ചെയ്യുന്നില്ല എന്നതാണ് അവയുടെ പ്രധാന ദൗർബല്യം. കേരളത്തിന്റെ ഭൗതിക-സാമ്പത്തിക-സാമൂഹിക പരിതസ്ഥിതികൾ സംബന്ധിച്ച അജ്ഞതയും പ്രശ്നങ്ങൾ സംബന്ധിച്ച ധാരണക്കുറവും സാധ്യതകൾ വിലയിരുത്തുന്നതിലെ യാഥാർഥ്യബോധമില്ലായ്മയുമാണ് ശുപാർശകളിലുടനീളം നിഴലിക്കുന്നത്.

സവിശേഷതകൾ അനവധിയുള്ള സംസ്ഥാനമാണ് കേരളം. അതുകൊണ്ടുതന്നെ മറ്റ് സംസ്ഥാനങ്ങളുടെയോ രാജ്യങ്ങളുടെയോ വികസന പാഠങ്ങളുടെ തനിയാവർത്തനം അപ്രസക്തം മാത്രമല്ല അനാവശ്യവുമാണ്.

സാമൂഹികനീതിയും ക്ഷേമപ്രവർത്തനങ്ങളും ഉയർന്ന ജീവിതഗുണമേന്മയുമാണ് കേരളത്തിന്റെ പ്രധാന നേട്ടങ്ങൾ. ജനാധിപത്യാവകാ

ശങ്ങൾക്കുവേണ്ടി നടത്തപ്പെട്ട സമരങ്ങൾ, തുടർന്നുണ്ടായ കാർഷിക-വിദ്യാഭ്യാസ പരിഷ്കാരങ്ങൾ, സാക്ഷരതാ പ്രസ്ഥാനം, അധികാരവികേന്ദ്രീകരണം, പുരോഗമനപരമായ തൊഴിൽ നിയമങ്ങൾ, സാമൂഹ്യ സുരക്ഷാപദ്ധതികൾ ഇവയെല്ലാമാണ് ആധുനിക കേരളത്തിന്റെ സൃഷ്ടിക്ക് നിദാനങ്ങളായത്. സാമ്പത്തിക വികസനം സാമൂഹികനീതി അപകടപ്പെടുത്തിക്കൊണ്ടാകരുത്. രണ്ടുലക്ഷ്യങ്ങളും ഒന്നിനൊന്നു ചേർന്നുപോകണം. സാമൂഹികനീതി ഉറപ്പിച്ചുനിർത്താൻ ഭൗതിക ഉൽപ്പാദനം, വിശേഷിച്ചും, കാർഷിക-വ്യാവസായിക ഉൽപ്പാദനം, വർധിപ്പിക്കണമെന്ന യാഥാർഥ്യം വർഷങ്ങൾക്കുമുമ്പേ കേരളം തിരിച്ചറിഞ്ഞതാണ്. ഒന്നാം വികസനകോൺഗ്രസിനെ അഭിസംബോധന ചെയ്ത് ഇ എം എസ് ഊന്നിപ്പറഞ്ഞത് ആ യാഥാർഥ്യമാണ്. കാർഷിക-വ്യാവസായിക ഉൽപ്പാദനം ഉത്തേജിപ്പിക്കത്തക്ക നിർദേശങ്ങളൊന്നും പിട്രോഡ മുന്നോട്ടുവയ്ക്കുന്നില്ല. പിട്രോഡയ്ക്ക് വികസനമെന്നാൽ ഉയർന്ന സാങ്കേതിക വിദ്യകളുടെ പ്രയോഗമാണ്. അതുപക്ഷേ സ്വാഭാവികം. പിട്രോഡ ഒരു ടെക്നോക്രാറ്റാണ്. സാമൂഹിക ശാസ്ത്രജ്ഞനോ സാമ്പത്തിക വിദഗ്ധനോ അല്ല. എന്നാൽ വികസനം കേവലം സാങ്കേതിക സമസ്യയല്ല. അതൊരു സമഗ്രതയാണ്. മനുഷ്യനും പ്രകൃതിയും സമൂഹവും സംസ്കാരവും എല്ലാം ഉൾക്കൊള്ളുന്ന ഒരു സമഗ്രത.

ഭൂവിസ്തൃതിയിൽ വളരെ ചെറുതാണ് കേരളം. ഗ്രാമനഗരവ്യത്യാസമില്ലാതെ ഭൂപ്രദേശമാകെ വ്യാപിച്ചുകിടക്കുന്ന ആവാസവ്യവസ്ഥ കേരളത്തിന്റെ പ്രത്യേകതകളിലൊന്നാണ്. കേരളത്തിൽ വ്യാവസായികാവശ്യങ്ങൾക്ക് ഏക്കർ കണക്കിന് ഭൂമി ലഭ്യമല്ല. കൽക്കരി, ഇരുമ്പയിര്, മാംഗനീസ്, ബോക്സൈറ്റ്, ക്രൂഡ് ഓയിൽ തുടങ്ങിയ അസംസ്കൃതവസ്തുക്കളും ലഭ്യമല്ല. പരുത്തി, ചണം, കരിമ്പ് തുടങ്ങിയവയ്ക്ക് അനുകൂലമായ കാലാവസ്ഥയും ഭൂപ്രകൃതിയുമല്ല കേരളത്തിലേത്. തന്മൂലം വൻകിടവ്യവസായങ്ങൾക്കുള്ള സാധ്യത അടയുന്നു. റബർ, നാളികേരം, അടയ്ക്ക, കുരുമുളക്, കപ്പ, ഇഞ്ചി, മഞ്ഞൾ, ഏലം, ചായ, കാപ്പി എന്നിവയുടെ ഉൽപ്പാദനത്തിലും വിപണനത്തിലുമാണ് കേരളം കേന്ദ്രീകരിക്കുന്നത്. അവ ദീർഘകാല വിളകളാണ്. അവയുടെ പരിപാലനത്തിന് അധ്വാനശേഷി കുറച്ചുമതി. നെൽകൃഷിക്കാകട്ടെ കൂടുതൽ അധ്വാനശേഷിവേണം. നെൽവയലുകൾ ദീർഘകാലവിളകൾക്കും കെട്ടിടങ്ങൾക്കും വഴിമാറിയതോടെ, ധാരാളംപേർ കാർഷികമേഖലയ്ക്കുപുറത്തായി. പരമ്പരാഗത വ്യവസായങ്ങൾ പ്രതിസന്ധിയിലായതോടെ ആ മേഖലയിൽ നിന്ന് ധാരാളം പേർ പുറത്താക്കപ്പെട്ടു. പെയിന്റർമാരും കൽപ്പണിക്കാരും ഡ്രൈവർമാരുമായി മാറിയ ധാരാളം പേർ ഗൾഫ് മേഖലയിൽ ചേക്കേറുന്നതാണ് പിന്നീട് കേരളം കണ്ടത്.

വിദ്യാഭ്യാസരംഗത്ത് ഏറെ മുന്നേറിയ സംസ്ഥാനമാണ് കേരളം. വിദ്യാഭ്യാസാധിഷ്ഠിത സേവനങ്ങളിലാണ് കേരളത്തിന്റെ കരുത്ത് എന്നു പറയുന്നത് ശരിയാണ്. എന്നാൽ പ്രസ്തുത മേഖലയിലേക്കുള്ള കേന്ദ്രീ

കരണം വികസനത്തെ ഏകമുഖവും സങ്കുചിതവുമാക്കുന്നു. കാർഷിക വ്യാവസായിക ഉൽപ്പാദനത്തെ വിഗണിച്ചുള്ള വികസനം ആത്മഹത്യാപരമാണ്. സേവനമേഖല സൃഷ്ടിക്കുന്ന വരുമാനവർധന അന്യസംസ്ഥാനങ്ങളിലെ ഉൽപ്പന്നങ്ങൾക്ക് കമ്പോളം സൃഷ്ടിക്കുകയാണ് ചെയ്യുക.

നെല്ല്, പച്ചക്കറികൾ, പാൽ, മുട്ട, പഴങ്ങൾ എന്നിവയുടെ ഉൽപ്പാദനവർധന, ദീർഘകാലവിളകളുടെ ഉയർന്ന ഉൽപ്പാദനക്ഷമത, കാർഷികോൽപ്പന്നങ്ങളുടെ സംസ്കരണവും വിപണനവും, ഐ ടി, ബയോടെക്നോളജി, ടൂറിസം—അധിഷ്ഠിത സംരംഭങ്ങൾ, ചെറുകിട-ഇടത്തരം വ്യവസായങ്ങളുടെ വളർച്ച ഇവയ്ക്കാകണം കേരളം ഊന്നൽ നൽകേണ്ടത്. ജില്ലാ-സംസ്ഥാന റോഡുകളുടെ വികസനം, വൈദ്യുതി ഉൽപ്പാദനശേഷി വർധന തുടങ്ങിയ പശ്ചാത്തല സൗകര്യങ്ങൾ വികസിപ്പിക്കേണ്ടത് അത്യാവശ്യമാണ്. അതിവേഗ റെയിൽപ്പാത ഗതാഗത വികസനത്തിനുള്ള ഒറ്റമൂലിയല്ല. പക്ഷേ, വൈദ്യുതിയും റോഡുവികസനവും മറ്റും പിട്രോഡയുടെ ശ്രദ്ധയാകർഷിച്ചതായി കാണുന്നില്ല. കാർഷിക-മൃഗസംരക്ഷണ-മത്സ്യബന്ധന മേഖലകൾ പൂർണമായി അവഗണിക്കപ്പെടുന്നു. സംസ്ഥാനത്തെ തൊഴിലെടുക്കുന്നവരിൽ 33.5 ശതമാനം കൃഷിയെയും അനുബന്ധ തൊഴിലുകളെയും ആശ്രയിച്ചാണ് ഉപജീവനം നടത്തുന്നത്. മൊത്തം കൃഷിയിടങ്ങളിൽ (agricultural holding) 95.17 ശതമാനം ഒരു ഹെക്ടറിൽ താഴെ മാത്രം വിസ്തൃതിയുള്ളവയാണ്. ഒരു ഹെക്ടറിനും രണ്ട് ഹെക്ടറിനും മധ്യേ വിസ്തൃതിയുള്ള കൃഷിയിടങ്ങൾ ആകെ കൃഷിയിടങ്ങളുടെ 3.4 ശതമാനമാണ്. നാമമാത്ര - ചെറുകിട കൃഷിക്കാരുടെ തൊഴിലും വരുമാനവും ഭക്ഷണവും ജീവിതവും മുഖ്യമായും തുണ്ടു കൃഷിയിടങ്ങളെ ആശ്രയിച്ചിരിക്കുന്നു. അവരുടെ പുരോഗതി ലക്ഷ്യമാക്കാത്ത ഏതു വികസന നിർദേശവും പിന്തിരിപ്പനും യാഥാർഥ്യബോധമില്ലാത്തവയുമാണ്.

വികസനത്തിന്റെ സാമൂഹിക-സാംസ്കാരിക മാനം ഗൗരവപൂർവം സമീപിക്കേണ്ട പ്രശ്നമാണ്. കായികാധ്വാനത്തോടുള്ള കേരളീയരുടെ വിരക്തി പ്രസിദ്ധമാണ്. കായികവും മാനസികവുമായ അധ്വാനശേഷി പ്രയോഗിക്കാതെ ഉൽപ്പാദനം സാധ്യമല്ല. കായികാധ്വാനത്തോടുള്ള പ്രതിപത്തിക്കുറവിന്റെ സാമൂഹ്യശാസ്ത്രപരമായ കാരണങ്ങൾ വികസനചർച്ചയിൽ അവഗണിക്കപ്പെടുന്നു. ബാബുജിമാരെ സൃഷ്ടിക്കുന്ന വിദ്യാഭ്യാസ സമ്പ്രദായത്തിൽനിന്ന് ഇനിയും നാം മോചിതരായിട്ടില്ല. അതിനുള്ള ഗൗരവതരമായ ശ്രമങ്ങളുമില്ല. സാങ്കേതികവിദ്യാഭ്യാസ സ്ഥാപനങ്ങൾ സാങ്കേതിക ബാബുജിമാരെ സൃഷ്ടിക്കുകയാണു ചെയ്തുവരുന്നത്. വിദ്യാഭ്യാസത്തിന്റെ ലക്ഷ്യവും ഉള്ളടക്കവും പുനർനിർവചിക്കുവാൻ സാംപിട്രോഡയ്ക്കാവുന്നില്ല.

നെൽകൃഷിയും മൃഗസംരക്ഷണവും ചേർന്ന ജൈവചക്രമായിരുന്നു കേരളീയരുടെ കാർഷിക സംസ്കൃതിയുടെ അടിസ്ഥാനശില. നെൽവയലുകൾ മനുഷ്യർക്കും മൃഗങ്ങൾക്കും ഭക്ഷണം ഉറപ്പാക്കി. മൃഗപരിപാ

ലനം വയലുകൾക്ക് ജൈവവളവും മനുഷ്യർക്കു പോഷകാഹാരവും നൽകി. ഭൂമിയുടെ ജലവിതാനം സംരക്ഷിക്കുന്നതിൽ നെൽവയലുകൾ മർമപ്രധാനപങ്കു വഹിച്ചു. എന്നാൽ നെൽവയലുകളുടെ വിസ്തൃതി 1973 –74 ലെ 8.75 ലക്ഷം ഹെക്ടറിൽ നിന്ന് 2010–11 ൽ 2.13 ലക്ഷം ഹെക്ടറായി ഇടിഞ്ഞു. 75.65 ശതമാനത്തിന്റെ ഇടിവ്. ലഭ്യമായ കൃഷിഭൂമിയിൽ നിന്ന് എങ്ങനെ പരമാവധി ഉൽപ്പാദനം നടത്താമെന്ന പ്രശ്നം സാംപ്രിട്രോഡയുടെ വിഷയമാവുന്നില്ല. അഥവാ കൃഷിക്കാർ അദ്ദേഹത്തിന്റെ അജൻഡയിലില്ല. കേരളത്തിലെ സാധാരണ മനുഷ്യരും.

പിട്രോഡയുടെ നിർദേശങ്ങൾ ഒരു പൊതുവായ രാഷ്ട്രീയ ദർശനം മുന്നോട്ടുവയ്ക്കുന്നുണ്ട്. നവഉദാരവൽക്കരണ സാമ്പത്തിക നയം സർക്കാരിനു വിട്ടു നൽകുന്നത് പശ്ചാത്തലസൗകര്യമൊരുക്കുന്ന ധർമമാണ്. പത്തു നിർദേശങ്ങളും ആ ഗണത്തിൽപ്പെടുന്നവയാണ്. അതിവേഗ റെയിൽപ്പാതയും തീരദേശചരക്കുഗതാഗതവും മറ്റും. കോടിക്കണക്കിന് രൂപയുടെ മുതൽമുടക്ക് ആവശ്യമാക്കുന്നവയാണ്. പത്തു ശതമാനമെങ്കിലും ആദായം ഉറപ്പുവരുത്താമെങ്കിൽ യഥേഷ്ടം സ്വകാര്യമൂലധനം ലഭ്യമാകുമെന്ന പിട്രോഡയുടെ അഭിപ്രായം നവ ഉദാരവൽക്കരണ സാമ്പത്തിക നയത്തെ പിന്താങ്ങലാണ്. പിട്രോഡയുടെ അഭിപ്രായത്തിൽ വികസനം സ്വകാര്യമൂലധനത്തിനും ലാഭം നേടാനുമുള്ള വഴിയാണ്

10

സാമ്പത്തിക പ്രതിസന്ധിയെപ്പറ്റി കാൾ മാർക്സ്

അയവില്ലാതെ തുടരുന്ന ആഗോളസാമ്പത്തിക പ്രതിസന്ധിയും മൂർച്ഛിക്കുന്ന സാമ്പത്തികാസമത്വവും മാർക്സിനെ മുതലാളിത്ത ലോകത്തിന്റെ കൂടി ശ്രദ്ധാകേന്ദ്രാമാക്കിയിരിക്കുന്നു. മാർക്സിനെയും മാർക്സിസത്തെയും അവഗണിക്കാനാണ് മുതലാളിത്തം എക്കാലവും ശ്രമിച്ചിട്ടുള്ളത്. 1991 ൽ സോവിയറ്റ് യൂണിയൻ തകർന്നപ്പോൾ അത് മാർക്സിസത്തിന്റെ അപചയമായും സോഷ്യലിസത്തിന്റെ അന്ത്യമായും വിലയിരുത്തപ്പെട്ടു. ചരിത്രം അവസാനിച്ചു എന്നും ഭാവി മുതലാളിത്തത്തിന്റേതാണെന്നും വാദിച്ചു. രണ്ടാം ലോകമഹായുദ്ധത്തിനുശേഷം മുതലാളിത്ത ലോകം കൈവരിച്ച വമ്പിച്ച സാമ്പത്തിക വളർച്ച വ്യവസ്ഥയുടെ നേട്ടമായി ചിത്രീകരിക്കപ്പെട്ടു. സാമ്പത്തിക വളർച്ച തുടർ പ്രക്രിയയാണെന്നു മോഹിക്കുകയും ചെയ്തു.

മുതലാളിത്തം ലോകത്തെ പ്രഥമ സാമൂഹിക വ്യവസ്ഥയല്ല. ചരിത്രപരമായി വികസിച്ചുവന്ന സാമൂഹികവ്യവസ്ഥകളിൽ ഒന്നുമാത്രമാണ്. അഞ്ചു പതിറ്റാണ്ടുകളുടെ ചരിത്രം മാത്രമാണ് മുതലാളിത്ത വികസനത്തിനുള്ളത്. ലക്ഷക്കണക്കിനു വർഷക്കാലം നിലനിന്ന അടിമവ്യവസ്ഥയും ഫ്യൂഡൽ വ്യവസ്ഥയും തകർച്ചയെ നേരിട്ട വസ്തുത അംഗീകരിക്കാനും അതിനു കാരണങ്ങൾ തെരയാനും, ഭാവി മുതലാളിത്തത്തിന്റേതാണെന്നുവാദിക്കുന്നവർ തയാറല്ല. വ്യവസ്ഥകൾക്കകത്തു രൂപം കൊണ്ട വൈരുധ്യങ്ങൾ മൂർച്ഛിച്ചാണ് അവയുടെ പതനം ഉറപ്പായതെന്ന യാഥാർഥ്യം തിരിച്ചറിയുന്നുമില്ല. അങ്ങനെ തിരിച്ചറിയാൻ തയാറായിരുന്നെങ്കിൽ മുതലാളിത്തത്തിൽ രൂപം കൊള്ളുന്ന വൈരുദ്ധ്യങ്ങളെ അംഗീകരിക്കുകയും മുതലാളിത്തം അനിവാര്യമായ തകർച്ചയെ നേരിടുമെന്ന നിഗമനത്തിൽ എത്തുകയും ചെയ്യുമായിരുന്നു.

ഒന്നിനെ പിന്തുടർന്ന് മറ്റൊന്ന് എന്ന നിലയ്ക്ക് ജനിക്കുകയും വിക

സിക്കുകയും നശിക്കുകയും ചെയ്യുന്ന സാമൂഹികവ്യവസ്ഥകളെ ചരിത്രപരമായ ഉൾക്കാഴ്ചയോടെ വിശദമാക്കുകയാണ് മാർക്സ് ചെയ്തത്. ചരിത്രവികാസഗതിയിലെ ഒരു സാമൂഹിക വ്യവസ്ഥ മാത്രമാണ് മുതലാളിത്തമെന്നും പ്രസ്തുത വ്യവസ്ഥയുടെ പതനത്തിന്റെ ബീജങ്ങൾ വ്യവസ്ഥയ്ക്കകത്തുതന്നെ ഉൾവിരിയുന്നുണ്ടെന്നും മാർക്സ് ചൂണ്ടിക്കാട്ടി.

ഉൽപ്പാദനമില്ലാതെ സമൂഹത്തിനു നിലനിൽപ്പില്ല. ഉൽപ്പാദിപ്പിക്കാനുള്ള കഴിവിനു അതിരുമില്ല. മറ്റൊരു രീതിയിൽ പറഞ്ഞാൽ ഉൽപ്പാദനശക്തികൾ നിരന്തരവികാസത്തിലാണ്. പക്ഷെ, ഒറ്റയ്ക്ക് ഉൽപ്പാദനം അസാധ്യമാണ്. മനുഷ്യർ പരസ്പരം ബന്ധപ്പെട്ടാണ് ഉത്പാദനം. ജന്മിയാണ് ഭൂമിയുടെ ഉടമ. പക്ഷെ, ജന്മിക്കുമാത്രമായി കാർഷികോൽപ്പാദനം സാധ്യമല്ല. കൃഷിക്കാരൻ വേണം. അഥവാ, ജന്മിയും കൃഷിക്കാരനും തമ്മിൽ ബന്ധപ്പെടണം. ഉൽപ്പാദനത്തിന്റെ ഭാഗമാണ് ആ ബന്ധം. അതാണ് ഉൽപ്പാദന ബന്ധം. അതെപ്പോലെ അടിമത്തവ്യവസ്ഥയിൽ ഉടമയ്ക്കുമാത്രമായി ഉൽപ്പാദനം സാധ്യമല്ല. അടിമകൾ വേണം. അടിമയും ഉടമയും ബന്ധപ്പെടണം. ജന്മികുടിയാൻ ബന്ധവും അടിമ–ഉടമ ബന്ധവും അങ്ങനെ രൂപം കൊണ്ടവയാണ്. തൊഴിലാളി–മുതലാളിബന്ധവും അതേപോലെ രൂപം കൊണ്ടതാണ്. ഒരു കൂട്ടർ അതായത് ഉടമകൾ, ജന്മികൾ, മുതലാളികൾ, ഉൽപ്പാദനോപാധികളുടെ ഉടമവർഗവും, മറുകൂട്ടർ അധ്വാനിക്കുന്നവരുമാണെന്നതാണ് ഉൽപ്പാദനബന്ധങ്ങളുടെ അടിസ്ഥാനം.

ഉൽപ്പാദനശക്തികൾ നിരന്തരവളർച്ചയിലാണ്. അടിമത്ത വ്യവസ്ഥക്കകത്തു വികസിച്ചുകൊണ്ടിരുന്ന ഉൽപ്പാദന ശക്തികൾക്ക് അടിമത്ത ഉൽപ്പാദനബന്ധങ്ങൾ തടസമായപ്പോഴാണ് പ്രസ്തുത ഉൽപ്പാദന ബന്ധങ്ങളുടെ പുറംതോടു പൊട്ടിച്ച് പുതിയ സാമൂഹിക വ്യവസ്ഥ, ഫ്യൂഡലിസം, ജന്മം കൊണ്ടത്. അതെപോലെ ഫ്യൂഡൽ വ്യവസ്ഥയ്ക്കകത്തു വികസിച്ചുകൊണ്ടിരുന്ന മുതലാളിത്ത ഉൽപ്പാദന ശക്തികളുടെ വളർച്ചക്ക് ഫ്യൂഡൽ ഉൽപ്പാദന ബന്ധങ്ങൾ തടസ്സമായപ്പോഴാണ് ഫ്യൂഡൽ വ്യവസ്ഥയെ തകർത്ത് മുതലാളിത്തം ജന്മം കൊണ്ടത്. ഉൽപ്പാദനശക്തികളും ഉൽപ്പാദന ബന്ധങ്ങളും തമ്മിലെ ഈ സംഘട്ടനം സാമൂഹിക വികാസത്തിന്റെ കാര്യകാരണങ്ങളാണെന്നു മാർക്സ് ചൂണ്ടിക്കാണിച്ചു. വ്യവസ്ഥകൾക്കകത്തെ ചൂഷിത–ചൂഷക വർഗങ്ങൾ തമ്മിലെ സംഘട്ടനമാണ് തകർച്ചയുടെയും വളർച്ചയുടെയും ചാലകശക്തിയെന്നു മാർക്സ് വിശദമാക്കി. വിരുദ്ധശക്തികളുടെ സമരമാണ് വളർച്ചയുടെയും മാറ്റത്തിന്റെയും അടിസ്ഥാനം. അതുകൊണ്ടാണ്. 'നാളിതുവരെ നിലനിന്നിട്ടുള്ള എല്ലാ സമൂഹങ്ങളുടെയും ചരിത്രം വർഗസമരചരിത്രമാണ്" എന്ന് മാർക്സ് പറഞ്ഞത്.

മുതലാളിത്ത വ്യവസ്ഥയ്ക്കു മാത്രം ഈ ചരിത്ര വികാസനിയമത്തിനു അപവാദമാകാൻ കഴിയില്ല. വൈരുധ്യങ്ങളുടെ ഐക്യവും സമരവും മുതലാളിത്തത്തിനു മാത്രം അന്യം എന്നു എങ്ങനെ ശഠിക്കാനാകും? മാത്രവുമല്ല, മാർക്സും എംഗൽസും വ്യക്തമാക്കുന്നതുപോലെ, "ഫ്യൂഡൽ സമൂഹത്തിന്റെ നാശാവശിഷ്ടങ്ങളിൽ നിന്നും മുളയെടുത്ത ഇന്നത്തെ ബൂർഷ്വാ സമൂഹം വർഗവൈരുധ്യങ്ങളെ ഇല്ലായ്മ

ചെയ്തിട്ടില്ല. പഴയവയുടെ സ്ഥാനത്ത് പുതിയ വർഗങ്ങളെയും പുതിയ മർദനസാഹചര്യങ്ങളെയും പുതിയ സമര രൂപങ്ങളെയും പ്രതിഷ്ഠിക്കുക മാത്രമാണ് ചെയ്തിട്ടുള്ളത്. എന്നാൽ നമ്മുടെ കാലഘട്ടത്തിന്- ബൂർഷ്വാസിയുടെ കാലഘട്ടത്തിന്- ഈയൊരു സവിശേഷ സ്വഭാവമുണ്ട്. അതു വർഗവൈരുധ്യങ്ങളെ കൂടുതൽ ലളിതമാക്കിയിരിക്കുന്നു. സമൂഹമാകെത്തന്നെ രണ്ടു ഗംഭീര ശത്രുപാളയങ്ങളായി, പരസ്പരം അഭിമുഖമായി നിൽക്കുന്ന രണ്ടു വലിയ വർഗങ്ങളായി, കൂടുതൽ കൂടുതൽ പിളർന്നുകൊണ്ടിരിക്കുകയാണ്. ബൂർഷ്വാസിയും തൊഴിലാളി വർഗവുമാണ് അവ."

ഇതുതന്നെയാണ് "വാൾസ്ട്രീറ്റ് പ്രക്ഷോഭത്തിലൂടെ അമേരിക്കയിലെ ജനങ്ങൾ ലോകശ്രദ്ധയിൽ കൊണ്ടുവന്നത്. ഒരു ശതമാനത്തിനെതിരെ 99 ശതമാനമെന്നത് ഒരു പ്രതീകാത്മക മുദ്രാവാക്യമായിരുന്നു. പക്ഷെ, മുതലാളിത്ത രാജ്യങ്ങളിലെ വർധിച്ചു വരുന്ന അസമത്വവും ചൂഷണവും പുറത്തുകൊണ്ടുവരാൻ അതു സഹായിച്ചു. മുതലാളിത്ത രാജ്യമായ അമേരിക്കയിൽ തന്നെ പ്രക്ഷോഭം അരങ്ങേറിയെന്നത് യാദൃച്ഛികതയല്ല; സ്വാഭാവികപരിണതിയാണ്. അതൊരു അനിവാര്യതയാണ്.

വാൾസ്ട്രീറ്റ് പ്രക്ഷോഭത്തിന്റെ ചൂട് കുറഞ്ഞു എന്നത് സത്യം. പക്ഷെ അതുയർത്തിയ പ്രശ്നം ഇപ്പോഴും ജ്വലിച്ചുനിൽക്കുന്നു. 1886 ലാണ് റഷ്യയിൽ ആദ്യത്തെ പണിമുടക്കു നടന്നത്. വളരെ കുറച്ചു തൊഴിലാളികൾ മാത്രമെ അതിൽ പങ്കെടുത്തുള്ളൂ. തുടർന്നുള്ള വർഷങ്ങളിൽ പണിമുടക്കുകളുടെ എണ്ണം കൂടി. പങ്കെടുത്തവരുടെ സംഖ്യയും പെരുകി. തൊഴിലാളികൾക്കൊപ്പം മറ്റുള്ളവരും പ്രക്ഷോഭരംഗത്തിറങ്ങി. പൊലീസും പട്ടാളവും ജനങ്ങൾക്കൊപ്പം ചേർന്നു. 1917 ൽ സാർഭരണകൂടത്തെ അട്ടിമറിച്ച്, തൊഴിലാളിവർഗം അധികാരം പിടിച്ചെടുത്തു. വാൾസ്ട്രീറ്റ് ഒരു സൂചനയാണ്. രൂക്ഷമാകുന്ന ചൂഷണത്തിന്റെയും വർഗവൈരുധ്യങ്ങളുടെ ഏറ്റുമുട്ടലിന്റെയും സൂചന. മാർക്സിന്റെ "മൂലധനം" ഇങ്ങനെ പ്രസ്താവിക്കുന്നു; "Centralisation of the means of production and socialisation of labour at last reach a point where they become incompatible with their capitalist integument. This integument is brust asunder. The knell of capitalist private property sounds. The expropriators are expropriated" ഉൽപ്പാദനോപാധികളുടെ ഉടമസ്ഥത കൂടുതൽ കൂടുതൽ കേന്ദ്രീകൃതമാകുക; അതേസമയം, അധ്വാനം കൂടുതൽ സാമൂഹികമാകുക - ഇവ തമ്മിലെ പൊരുത്തമില്ലായ്മ മുതലാളിത്ത വ്യവസ്ഥയുടെ പുറംതോട് പൊട്ടിത്തെറിക്കുന്നതിലേക്കു നയിക്കും. മുതലാളിത്തത്തിന്റെ മരണമണിമുഴങ്ങും. ചൂഷകർ അടിച്ചമർത്തപ്പെടും.

വാൾസ്ട്രീറ്റ് പ്രക്ഷോഭം മറ്റൊരു പ്രശ്നം കൂടി ജനശ്രദ്ധയിലേക്കു ആനയിച്ചു. ബൂർഷ്വാജനാധിപത്യരാജ്യമാണ് അമേരിക്ക. ജനങ്ങൾക്കുവേണ്ടി ജനങ്ങളാൽ സ്ഥാപിക്കപ്പെടുന്നതാണ് ഭരണകൂടം. പക്ഷേ ഭരണകൂടത്തെ ഉപയോഗിച്ചും എങ്ങനെ ഒരു ശതമാനത്തിന് തങ്ങളുടെ ആസ്തിയും വരുമാനവും ഉയർത്താൻ കഴിഞ്ഞു എന്ന ചോദ്യം കൂടി വാൾസ്ട്രീറ്റ് പ്രക്ഷോഭകർ ലോകത്തിന്റെ മുഖത്തേക്ക് എറിഞ്ഞു. ഉത്തരം, കമ്യൂണിസ്റ്റ് മാനി

ഫെസ്റ്റോ തന്നെ നൽകുന്നുണ്ട്. "ആധുനിക വ്യവസായത്തിന്റെയും ലോകകമ്പോളത്തിന്റെയും സ്ഥാപനത്തെ തുടർന്ന്, ബൂർഷ്വാസി, രാഷ്ട്രീയാധികാരം മുഴുവനും ആധുനിക ജനപ്രതിനിധി ഭരണകൂടത്തിന്റെ രൂപത്തിൽ സ്വായത്തമാക്കി. മൊത്തത്തിൽ ബൂർഷ്വാസിയുടെ പൊതുകാര്യങ്ങൾ നടത്തുന്ന ഒരു കമ്മിറ്റി മാത്രമാണ് ആധുനിക ഭരണകൂടം."

മുതലാളിത്തം ശാശ്വതവ്യവസ്ഥയാണെന്നു പറയുക വഴി രണ്ടു വസ്തുതകളെ ബൂർഷ്വാ പണ്ഡിതന്മാർ നിഷേധിക്കുകയാണ്. ഒന്ന്, മുതലാളിത്തം വർഗരഹിതമാണ്. ആയതിനാൽ വർഗസംഘട്ടനം അപ്രസക്തമാണ്. വർഗവൈരുധ്യം വർഗ സഹകരണം കൊണ്ട് മറികടക്കാം. ഇതാണ് ബൂർഷ്വാ പാർട്ടികളുടെ രാഷ്ട്രീയ അജണ്ട. രണ്ട്, സോഷ്യലിസ്റ്റ് ഉൽപ്പാദനശക്തികൾ വളരുകയില്ല. ആയതിനാൽ സോഷ്യലിസ്റ്റ് ഉൽപ്പാദനശക്തികളും മുതലാളിത്ത ഉൽപ്പാദനബന്ധങ്ങളും തമ്മിലെ ഏറ്റുമുട്ടൽ അപ്രസക്തം. രണ്ടു വാദങ്ങളും ചരിത്രനിഷേധമാണ്. ആയതിനാൽ, ബൂർഷ്വാ പണ്ഡിതന്മാരുടെ വിധിപ്രസ്താവം കേവലമായ മോഹത്തിനപ്പുറം കടക്കുന്നില്ല.

മുതലാളിത്തത്തിനു വളരാനുള്ള കഴിവുണ്ട്. കഴിഞ്ഞ ഒരു നൂറ്റാണ്ടിനിടെ വിശേഷിച്ചും അമേരിക്കയുൾപ്പെടെയുള്ള മുതലാളിത്ത രാജ്യങ്ങൾ കൈവരിച്ച അത്ഭുതാവഹമായ പുരോഗതി തന്നെയാണ് അതിനു സാക്ഷ്യം. വർഗവൈരുധ്യങ്ങളുടെ ഏറ്റുമുട്ടലിൽ മുതലാളിത്തം അനിവാര്യമായ തകർച്ചയെ നേരിടും എന്ന പ്രസ്താവിക്കുമ്പോഴും, *കമ്യൂണിസ്റ്റ് മാനിഫെസ്റ്റോ* ഇങ്ങനെ സാക്ഷ്യപ്പെടുത്തുന്നു:

> കഷ്ടിച്ച് ഒരു നൂറ്റാണ്ടുകാലത്തെ വാഴ്ചക്കിടയിൽ ബൂർഷ്വാസി സൃഷ്ടിച്ചിട്ടുള്ള ഉൽപ്പാദനശക്തികൾ കഴിഞ്ഞുപോയ എല്ലാ തലമുറകളും ചേർന്ന് സൃഷ്ടിച്ചിട്ടുള്ളതിനേക്കാൾ എത്രയോ വമ്പിച്ചതാണ്, ഭീമമാണ്.

"മാനിഫെസ്റ്റോ തുടരുന്നു:

> ഉൽപ്പാദനോപകരണങ്ങളിലും തദ്വാരാ ഉൽപ്പാദനബന്ധങ്ങളിലും അതോടൊപ്പം സാമൂഹിക ബന്ധങ്ങളിൽ ഒട്ടാകെയും നിരന്തരം വിപ്ലവകരമായ പരിവർത്തനം വരുത്താതെ, ബൂർഷ്വാസിക്കു നിലനിൽക്കാനാവില്ല, നേരെമറിച്ച് ഇതിനു മുമ്പുണ്ടായിരുന്ന എല്ലാ വ്യവസായികവർഗങ്ങളുടെയും നിലനിൽപ്പിന്റെ ആദ്യ ഉപാധി പഴയ ഉൽപ്പാദനരീതികളെ യാതൊരു മാറ്റവും കൂടാതെ നിലനിർത്തുകയെന്നതായിരുന്നു.

മുതലാളിത്ത ഉൽപ്പാദനശക്തികൾ നിരന്തരമായി വളർന്നു കൊണ്ടിരിക്കും എന്നാണ് ബൂർഷ്വാപണ്ഡിതന്മാരുടെ വിശ്വാസം അപ്പോൾ പിന്നെ, സാമ്രാജ്യത്വലോകമാകെ, 2007–08 മുതൽ തുടർച്ചയായി, വളർച്ച മുരടിച്ചു നിൽക്കുന്നത് എന്തുകൊണ്ട്? ദേശീയ വരുമാനവർധന എന്തുകൊണ്ട് കുറഞ്ഞു? തൊഴിലില്ലായ്മ എന്തുകൊണ്ടു പെരുകി? ഉൽപ്പാദനശക്തികളുടെ വളർച്ച മരവിച്ചതെന്തുകൊണ്ട്? ലളിതമായ ഉത്തരം, ഉൽപ്പാ

ദനശക്തികളുടെ വികാസത്തിനു തടസ്സം നേരിട്ടു എന്നും, തടസ്സം തട്ടിനീക്കാൻ വ്യവസ്ഥക്കു കഴിയുന്നില്ലെന്നുമാണ്. കടം വർധിച്ചതു കൊണ്ടാണ്, കമ്മി പെരുകിയതുകൊണ്ടാണ് തുടങ്ങിയ യുക്തിഹീനങ്ങളായ വാദങ്ങളാണ് മുന്നോട്ടുവെക്കപ്പെടുന്നത്. ഉൽപ്പാദിപ്പിച്ച ചരക്കുകൾ വിൽക്കപ്പെടാതെ വന്നതാണ് പ്രതിസന്ധിയുടെ പ്രകടരൂപം. പരിഹാരമാകട്ടെ പണത്തിന്റെ ലഭ്യത വർധിപ്പിക്കുകയും, വായ്പ നൽകാൻ ബാങ്കുകളെ പ്രോത്സാഹിപ്പിക്കുകയും സർക്കാരുകൾ തന്നെ വായ്പ നൽകുകയും. പ്രതിസന്ധിയുടെ ആഴം വർധിക്കുകയായിരുന്നു ഫലം. ഗ്രീസ് ആണ് ഉത്തമ ഉദാഹരണം.

ഉൽപ്പാദനശക്തികളുടെ അനുസ്യൂതമായ വളർച്ചക്ക് മുതലാളിത്ത ഉൽപ്പാദന ബന്ധങ്ങൾ തന്നെ കൂച്ചുവിലങ്ങിടുമെന്ന് മാർക്സ് വിശദീകരിച്ചു. ഈ വിശകലനം അക്ഷരം പ്രതിശരിയാണെന്നു ഇന്ത്യയുടെ ഉദാഹരണം സാക്ഷ്യപ്പെടുത്തുന്നു.

നിലവിലുള്ള സാമൂഹിക വ്യവസ്ഥയുടെ ഉൽപ്പാദന ബന്ധങ്ങൾക്കകത്താണ് (ഇന്ത്യയിൽ ഫ്യൂഡൽ വ്യവസ്ഥയുടെ) പുതിയ വ്യവസ്ഥയുടെ (മുതലാളിത്തത്തിന്റെ) ഉൽപ്പാദന ശക്തികൾ വികസിക്കുന്നത്. പക്ഷെ ഉൽപ്പാദനശക്തികളുടെ പൂർണമായ വികാസത്തിന് പഴയ ഉൽപ്പാദനബന്ധങ്ങൾ തടസ്സം നിൽക്കുന്നു. തടസ്സം തട്ടിനീക്കലാണ് സാമൂഹിക വിപ്ലവം. പുതിയ സാമൂഹിക വ്യവസ്ഥ (മുതലാളിത്തം) വികസിക്കാൻ തുടങ്ങിയാലും പഴയ വ്യവസ്ഥയുടെ (ഫ്യൂഡലിസത്തിന്റെ) ഉൽപ്പാദന ബന്ധങ്ങളിൽ പല അംശങ്ങളും മാറാതെ തുടരും. ഉൽപ്പാദനശക്തികൾ വികസിക്കുന്ന അതേ വേഗതയിലും ക്രമത്തിലും ഉൽപ്പാദനബന്ധങ്ങൾ മാറാത്തതാണ് കാരണം. ഇന്ത്യ മുതലാളിത്ത രീതിയിൽ വികസിക്കുകയാണെങ്കിലും ഫ്യൂഡൽ അവശിഷ്ടങ്ങളായ ജന്മിത്തം, ജാതിവ്യവസ്ഥ, മതപരമായ വിഭാഗീയത, സ്ത്രീകളോടുള്ള വിവേചനം, അന്ധവിശ്വാസങ്ങളും അനാചാരങ്ങളും തുടങ്ങിയവ നിലനിർത്തപ്പെടുന്നു. അവയെ തട്ടിമാറ്റാൻ മുതലാളിത്തം സന്നദ്ധമല്ല.

മുതലാളിത്ത വളർച്ച രണ്ടു കാര്യങ്ങളിലേക്കു നയിക്കുന്നു. ഒന്ന്, ഉൽപ്പാദനോപാധികളും വരുമാനവും കൂടുതൽ കേന്ദ്രീകൃതമാവുന്നു. മത്സരവ്യവസ്ഥ കുത്തകകൾക്കു വഴിമാറുന്നു. മറുഭാഗത്ത്, മിച്ചമൂല്യം കവർന്നെടുക്കപ്പെടുന്നതുമൂലം പാപ്പരീകരിക്കപ്പെട്ടതൊഴിലാളികളുടെ എണ്ണം വർധിക്കുന്നു. രണ്ട്, മത്സരത്തിൽ ജയിച്ചു മുന്നേറാൻ, കുറഞ്ഞ ഉൽപ്പാദനചെലവിൽ ചരക്കുകൾ നിർമിക്കാൻ, മുതലാളികൾ പരസ്പരം മത്സരിക്കുന്നു. കൂടുതൽ ഉൽപ്പാദനക്ഷമങ്ങളായ സാങ്കേതികവിദ്യകളും യന്ത്രങ്ങളും ഉപയോഗിച്ച് ഉൽപ്പാദന പ്രവർത്തനങ്ങൾ നിരന്തരം നവീകരിക്കാൻ മുതലാളിത്തം ശ്രമിക്കുന്നു. അതിന്റെ ഫലമായി ചരക്കുൽപ്പാദനം വർധിക്കുന്നു. തൊഴിലാളികളുടെ കൂലിയേക്കാൾ ആപേക്ഷികമായി കൂടുതൽ മൂലധനം യന്ത്രങ്ങൾക്കും അസംസ്കൃതപദാർഥങ്ങൾക്കും മറ്റും നിക്ഷേപിക്കുന്നതിനാൽ വമ്പിച്ച തൊഴിൽരഹിതപട രൂപംകൊള്ളുന്നു. നിലവിലുള്ളവർക്കു തൊഴിൽ നഷ്ടപ്പെടുകയും പുതിയ തൊഴിലവസരങ്ങൾ സൃഷ്ടിക്കപ്പെടാതിരിക്കുകയും ചെയ്യുന്നതുമൂലം തൊഴിൽരഹിതസേന വിപുലമാവുന്നു. അൽപ്പവരുമാനക്കാരും വരുമാനരഹിതരുമായ

ബഹുഭൂരിപക്ഷം ഒരുവശത്ത്. വർധിച്ച ഉൽപ്പാദനം മറുവശത്ത്, രണ്ടും തമ്മിലെ വൈരുധ്യം, മുതലാളിത്ത വികാസം സൃഷ്ടിക്കുന്ന വൈരുധ്യമാണ്. ആന്തരികമാണ്; പുറത്തു നിന്നു അടിച്ചേൽപ്പിക്കുന്നതല്ല. ഈ വൈരുധ്യം അമിതോത്പാദനപ്രതിസന്ധി സൃഷ്ടിക്കുന്നു. ചരക്കുകൾ വിൽക്കപ്പെടാതെ അവശേഷിക്കുന്നു.

മുതലാളിത്തത്തിന്റെ കൂടപ്പിറപ്പാണ് സാമ്പത്തിക പ്രതിസന്ധികൾ. മുതലാളിത്തം ജന്മം കൊണ്ടനാൾ മുതൽ പ്രതിസന്ധിയും ആരംഭിച്ചു. ചില പ്രതിസന്ധികൾ രൂക്ഷമാണ്. ചിലവ ലഘുവാണ്. ചിലവ ദീർഘകാലം തുടരും. ചിലതാകട്ടെ ക്ഷണികകാലത്തേക്കാവും.

രണ്ടാം ലോകമഹായുദ്ധത്തിനു ശേഷം അരനൂറ്റാണ്ടുകാലം മുതലാളിത്ത രാജ്യങ്ങൾ ഉയർന്ന ദേശീയ വരുമാന വർധനകൈവരിച്ചു. ഈ വളർച്ചയെ മുതലാളിത്ത വ്യവസ്ഥയുടെ കഴിവിന്റെ ചിഹ്നമായി ബൂർഷ്വാ പണ്ഡിതർ വ്യാഖ്യാനിച്ചു. യുദ്ധാനന്തരമുള്ള കുതിച്ചു ചാട്ടമാണെന്ന വസ്തുതയ്ക്ക് അവർ തൂക്കം കൊടുത്തില്ല. സോവിയറ്റ് യൂണിയന്റെ തകർച്ച അവരുടെ വാദത്തിനു ഊന്നുവടിയായി, എന്നാൽ ദേശീയ വരുമാനവർധനക്കൊപ്പം തൊഴിലവസരങ്ങൾ വളർന്നില്ല. "തൊഴിൽരഹിത വരുമാന വളർച്ച"യായിരുന്നു ഫലം. തൊഴിൽ രഹിതസേന സംബന്ധിച്ച മാർക്സിന്റെ നിരീക്ഷണം പൂർണമായും ശരിവെക്കുന്ന രീതിയിലായി യുദ്ധാനന്തരമുള്ള മുതലാളിത്ത വികസനം. ഉൽപ്പാദന വർധനക്കൊപ്പം സമ്പത്തിന്റെയും വരുമാനത്തിന്റെയും നീതിയുക്തമായ വിതരണവും നടക്കുമ്പോഴെ ഉൽപ്പാദിപ്പിക്കപ്പെട്ട ചരക്കുകൾ വിറ്റഴിക്കപ്പെടുകയുള്ളൂ. മൂലധനമാണ് മുതലാളിത്ത വളർച്ചക്ക് അടിസ്ഥാനം. മൂലധനത്തിന്റെ ഉറവിടം മിച്ചമൂല്യമാണ്. മിച്ചമൂല്യം എത്രത്തോളം കവർന്നെടുക്കപ്പെടുന്നുവോ അത്രത്തോളം മുതലാളിത്തം വളരും; ഒപ്പം സമ്പത്തിന്റെയും വരുമാനത്തിന്റെയും കേന്ദ്രീകരണവും. മിച്ചമൂല്യം കവർന്നെടുക്കപ്പെടുന്നില്ലെങ്കിൽ, മൂലധനം വികസിക്കുകയില്ല; മുതലാളിത്തം വളരുകയുമില്ല. അഥവാ, മുതലാളിത്ത വികസനം അനിവാര്യമായും തൊഴിലാളിവർഗ ചൂഷണത്തിൽ അധിഷ്ഠിതമാണ്. തൊഴിൽരഹിതപടയും അമിതോൽപ്പാദനവും അനിവാര്യതകളും. "ആനുകാലികമായി ആവർത്തിക്കുന്ന ഈ പ്രതിസന്ധികൾ ഓരോ തവണയും മുമ്പത്തെക്കാൾ ഭീഷണമായ രൂപത്തിൽ ബൂർഷ്വാ സമൂഹത്തിന്റെയാകെ നിലനിൽപ്പിനെ പ്രതികൂട്ടിൽ കയറ്റുന്നു?

> ഉൽപ്പാദനത്തിന്റെയും വിനിമയത്തിന്റെയും സ്വത്തുടമസ്ഥതയുടെയും ബൂർഷ്വാ ബന്ധങ്ങളോടു കൂടിയ ആധുനിക ബൂർഷ്വാസമൂഹം, ഇത്രയും വമ്പിച്ച ഉൽപ്പാദന–വിനിമയോപാധികളെ ആവാഹിച്ചു വരുത്തിയ ഒരു സമൂഹം സ്വന്തം മന്ത്രശക്തികൊണ്ട് പാതാള ലോകത്തുനിന്ന് വിളിച്ചുകൊണ്ടുവന്ന ശക്തികളെ നിയന്ത്രിച്ചു നിർത്താൻ കഴിയാതായ ഒരു മന്ത്രവാദിയെപ്പോലെയാണ്.

എന്നു കമ്യൂണിസ്റ്റ് മാനിഫെസ്റ്റോ പറയുന്നു.

ലോകമുതലാളിത്തം അതിന്റെ ചരിത്രത്തിലെ സുദീർഘവും രൂക്ഷ

വുമായ പ്രതിസന്ധിഘട്ടത്തിലൂടെയാണ് കടന്നുപൊയ്ക്കൊണ്ടിരിക്കുന്നത്. പകർച്ചവ്യാധി പോലെ മുതലാളിത്ത ലോകത്തെയാകെ അതു ഗ്രസിച്ചിരിക്കുന്നു.

വിശദീകരിക്കപ്പെട്ടതുപോലെ വളരുന്ന ഉൽപ്പാദനശക്തികളും മാറാതെ തുടരുന്ന ഉൽപ്പാദന ബന്ധങ്ങളും തമ്മിലെ വൈരുധ്യമാണ് പ്രതിസന്ധിക്കു കാരണം. മറ്റൊരു രീതിയിൽ പറഞ്ഞാൽ വർധിച്ച ഉൽപ്പാദനം വിറ്റഴിയണമെങ്കിൽ ആഭ്യന്തര കമ്പോളം വികസിക്കണം. അതിന് ഉൽപ്പാദനോപാധികൾ തൊഴിലാളികളിലേക്കു കൈമാറ്റണം. അഥവാ ഉൽപ്പാദനോപാധികൾ മുതലാളികളിൽ കേന്ദ്രീകരിച്ചുള്ള ഉൽപ്പാദനബന്ധങ്ങൾ പൊളിച്ചെഴുതപ്പെടണം.

> ബൂർഷ്വാ സമൂഹത്തിന്റെ ഉപാധികൾ അവ സൃഷ്ടിച്ചിരിക്കുന്ന സമ്പത്തിനെ ഉൾക്കൊള്ളാൻ കഴിയാത്തവിധം സങ്കുചിതമാണ്. എങ്ങനെയാണ് ബൂർഷ്വാസി ഈ പ്രതിസന്ധികളിൽ നിന്ന് കരകയറുന്നത്? ഒരു വശത്ത് ഉൽപ്പാദനശക്തികളിൽ വലിയൊരു ഭാഗത്തെ കൽപ്പിച്ചു കൂട്ടി നശിപ്പിച്ചിട്ടും മറുവശത്ത് പുതിയ കമ്പോളങ്ങൾ വെട്ടിപ്പിടിച്ചിട്ടും പഴയവയെ കൂടുതൽ സമഗ്രമായി ചൂഷണം ചെയ്തിട്ടും. എന്നുവെച്ചാൽ കൂടുതൽ വ്യാപകവും കൂടുതൽ വിനാശകാരിയുമായ പ്രതിസന്ധികൾക്ക് വഴിതെളിച്ചുകൊണ്ടും പ്രതിസന്ധികളെ തടയാനുള്ള മാർഗങ്ങൾ അധികമധികം അടച്ചുകൊണ്ടും. (*കമ്യൂണിസ്റ്റ് മാനിഫെസ്റ്റോ*)

വാൾസ്ട്രീറ്റു പ്രക്ഷോഭമാണ് മാർക്സിനെ പൊതു മണ്ഡലത്തിന്റെ ചർച്ചയുടെ കേന്ദ്രസ്ഥാനത്ത് എത്തിച്ചതെങ്കിലും, വാൾസ്ട്രീറ്റിൽ പ്രക്ഷോഭം അരങ്ങേറിയില്ലായിരുന്നെങ്കിൽ മാർക്സിസം അപ്രസക്തം എന്ന വിശ്വാസം അസംബന്ധവും അനാവശ്യവുമാണ്.

മാർക്സും എംഗൽസും പ്രസ്താവിക്കുന്നതുപോലെ,

> കമ്യൂണിസ്റ്റുകാരുടെ താത്വിക നിഗമനങ്ങൾ സർവലോകപരിഷ്കർത്താവാകാനാഗ്രഹിക്കുന്ന ഏതെങ്കിലുമൊരാൾ കൽപ്പിച്ചുണ്ടാക്കിയതോ കണ്ടുപിടിച്ചതോ ആയ ആശയങ്ങളെയോ പ്രമാണങ്ങളെയോ ആസ്പദമാക്കിയുള്ളതല്ല. നിലവിലുള്ള ഒരു വർഗസമരത്തിൽ നിന്ന്, നമ്മുടെ കൺമുമ്പിൽ നടക്കുന്ന ചരിത്രപരമായ ഒരു പ്രസ്ഥാനത്തിൽ നിന്ന്, പൊന്തിവരുന്ന യഥാർഥബന്ധങ്ങൾക്ക് സാമാന്യരൂപം നൽകുകയാണ് ആ നിഗമനങ്ങൾ ചെയ്യുന്നത്. നിലവിലുള്ള സ്വത്തുടമാബന്ധങ്ങളെ അവസാനിപ്പിക്കുകയെന്നത് കമ്യൂണിസത്തിന്റെ ഒരു പ്രത്യേക സ്വഭാവവിശേഷമൊന്നുമല്ല. ചരിത്രപരമായ സ്ഥിതിഗതികളിൽ മാറ്റം വരുന്നതിന്റെ ഫലമായി എല്ലാ സ്വത്തുടമാബന്ധങ്ങളും കഴിഞ്ഞ കാലത്ത് തുടർച്ചയായി ചരിത്രപരമായ മാറ്റത്തിനു വിധേയമായിട്ടുണ്ട്. (*കമ്യൂണിസ്റ്റ് മാനിഫെസ്റ്റോ*)